AF762717

ഷഡ്പദങ്ങളുടെ
സെമിത്തേരി

Shadpadhangalude
Semitheri
Novel

Baby Thomas

CHINTHA PUBLISHERS
Thiruvananthapuram

First Chintha Edition
September 2022

Published & Typesetting
Chintha Publishers, Thiruvananthapuram

Cover Design
Vinod Mangoes

Illustration
Arun V Dev

ISBN : 978-93-94753-07-5

CO - 3177 / 6174

Email: chinthapublishers@gmail.com
Website: www.chinthapublishers.com

A version is available at National Libraries
Kolkata, Mumbai, Chennai and Delhi

Distribution
DESHABHIMANI BOOKHOUSE
H O Thiruvananthapuram 695035

Branch
Head Office Kunnukuzhi • Statue Thiruvananthapuram
KSRTC Bus Terminal Thampanoor • Saphalyam Complex Thiruvananthapuram
KSRTC Bus Station Alappuzha • KSRTC Bus Station Ernakulam
Machingal Lane Thrissur • IG Road Kozhikode
Mavoor Road Kozhikode • NGO Union Building Kannur
Central Bus Terminal Complex Thavakkara Kannur

ഷഡ്പദങ്ങളുടെ സെമിത്തേരി

ബേബി തോമസ്

ചിന്ത പബ്ലിഷേഴ്സ്
തിരുവനന്തപുരം-695 035

ബേബി തോമസ്

ജനനം കോട്ടയം ജില്ലയിലെ കാഞ്ഞിരപ്പള്ളിയിൽ. ബംഗ്ലാവുപറമ്പിൽ തോമസ് - ഏലിക്കുട്ടി ദമ്പതികളാണ് മാതാപിതാക്കൾ. പേട്ട ഗവൺമെന്റ് ഹൈസ്കൂൾ, സെന്റ്ഡോമിനിക്സ് കോളേജ് എന്നിവിടങ്ങളിൽ വിദ്യാഭ്യാസം. പഠനകാലത്തുതന്നെ *എല്യക* എന്നൊരു സമാന്തര മാസിക നടത്തിയിരുന്നു. തുടർന്ന് ശ്രീ. ജോസഫ് പുലിക്കുന്നേലിന്റെ *ഓശാന* മാസികയിൽ ചേർന്നു. ഡോ. എൻ വി കൃഷ്ണവാരിയർ നേതൃത്വം നല്കിയ *മലയാളം ബൈബിൾ* വിവർത്തനത്തിലും പങ്കാളിയായി. പിന്നീട്, തിരുവനന്തപുരമായി പ്രവർത്തനമേഖല. ഡോ. എൻ എ കരീം, ഡോ. പി വി വേലായുധൻപിള്ള എന്നിവരോടൊപ്പം പ്രസിദ്ധീകരണ രംഗത്ത്. ദൂരദർശൻ സംപ്രേക്ഷണം ചെയ്ത നിരവധി ഡോക്യുമെന്ററികളിലൂടെ ദൃശ്യമാധ്യമ രംഗത്തും സജീവമായി. ടെലിമാറ്റിക്സ് വിഷനിൽ പ്രോഗ്രാം പ്രൊഡ്യൂസറായിരിക്കെ ധാരാളം ടെലിവിഷൻ പരിപാടികൾക്ക് തിരക്കഥയൊരുക്കി. 2014 ൽ *മരംകൊത്തി* എന്ന സിനിമയിലൂടെ സ്വതന്ത്രസംവിധായകൻ. ന്യൂഡൽഹിയിൽ നിന്നുള്ള നവയാനം പബ്ലിക്കേഷൻസിന്റെ മലയാള കഥാസമാഹാരത്തിൽ 'അനന്തം അജ്ഞാതം' എന്ന കഥ Infinite unknown എന്ന പേരിൽ ഇംഗ്ലീഷിലേക്ക് വിവർത്തനം ചെയ്തിട്ടുണ്ട്. യുവധാരാ ചെറുകഥാപുരസ്കാരം, മുംബൈ ജ്വാല അവാർഡ്, CRL മില്ലേനിയം കഥാപുരസ്കാരം, ലളിതാംബികാ അന്തർജ്ജന സ്മാരക കഥാസമ്മാനം, ദീപനാളം കഥാസമ്മാനം, ആശാൻ പ്രൈസ് തുടങ്ങി നിരവധി അവാർഡുകൾക്കർഹനായിട്ടുണ്ട്. കേരള സാഹിത്യഅക്കാദമി ജനറൽ കൗൺസിൽ അംഗമായിരുന്നു. 2020 മാർച്ചിൽ അന്തരിച്ചു.

കൃതികൾ: *കഠിനകാലം* (കവിതകൾ), *വിശപ്പ് ഒരു പുസ്തകമെഴുതുന്നു, ആകാശമേ കേൾക്ക* (കഥകൾ).

ഭാര്യ: ഗീത പി റ്റി
മകൾ: കബനി ബി ഗീത
വിലാസം: ഫ്ളാറ്റ് നം. 204 (D)
ഇന്നൊവേറ്റീവ് ഹൗസിംഗ് സ്കീം
മേലാറന്നൂർ, കരമന പിഒ
തിരുവനന്തപുരം - 695 002
ഫോൺ: 9744639573

സമർപ്പണം

ലളിതാംബിക അന്തർജ്ജനത്തിന്

ആയിരത്തി തൊള്ളായിരത്തി എൺപതുകളിൽ വെട്ടൂർ രാമൻനായർ പാലാ സഹൃദയ സമിതിയിൽ നടത്തിയ ചെറുകഥാക്യാമ്പ്. സമാപനദിവസം മലയാളത്തിന്റെ പ്രിയപ്പെട്ട അമ്മ ലളിതാംബിക അന്തർജ്ജനം മുഖ്യാതിഥിയായെത്തി. ക്യാമ്പിലെ ഏറ്റവും മികച്ച കഥ വായിച്ചു കേൾക്കണം എന്നു പറഞ്ഞു. ഞാൻ കഥ വായിച്ചുകഴിഞ്ഞപ്പോൾ എന്നെ ചേർത്തു പിടിച്ചു പറഞ്ഞു: "ചെറുകഥ മാത്രമല്ല വലിയ കഥയും എഴുതണം." പിന്നീട് മരണശേഷം ആ അമ്മയുടെ പേരിലുള്ള ആദ്യ കഥാഅവാർഡും ഏറ്റുവാങ്ങി. പക്ഷേ, 'വലിയ കഥ' ഇപ്പോൾ മാത്രമാണ് യാഥാർത്ഥ്യമാകുന്നത്. ആ സ്നേഹസ്മരണയ്ക്കുമുന്നിൽ എന്റെ ആദ്യ നോവൽ ആദരപൂർവ്വം സമർപ്പിക്കുന്നു.

നന്ദി

മരണത്തിൽനിന്നും പാതി ജീവിതത്തിലേക്ക തിരിച്ചെത്തിയതിൽ ഒരുപാട് പേർക്ക് പങ്കുണ്ട് കുടുംബാംഗങ്ങൾ, സുഹൃത്തുക്കൾ, എഴുത്തുകാർ, നേരിൽ കണ്ടിട്ടില്ലാത്ത അജ്ഞാത സൗഹൃദങ്ങൾ...... എല്ലാവരുടെയും പേരെടുത്തു പറയുക സാധ്യമല്ലാത്തതിനാൽ ക്ഷമിക്കുക.

സമയോചിതമായ ഇടപെടലിലൂടെ ചികിത്സയ്ക്ക് വേഗം പകർന്ന സ. എം എ ബേബി, ജീവിതം തിരിച്ചുതന്ന തിരുവനന്തപുരം മെഡിക്കൽ കോളേജിലെ ഗ്യാസ്ട്രോ എൻട്രോളജി വിഭാഗം മേധാവി ഡോ. കൃഷ്ണദാസ്, ബാംഗ്ലൂർ സിറ്റി അടുത്തറിയാൻ ഇടംതന്ന ഡി തങ്കച്ചൻ, ഗസലുകൾ ഉറുദുവിൽ നിന്നും തർജ്ജമ ചെയ്ത എറണാകുളം മഹാരാജാസിലെ വിദ്യാർത്ഥി നബീൽ, റഫറൻസിനാവശ്യമായ പുസ്തകങ്ങൾ തേടിപ്പിടിച്ചെത്തിച്ചും കേട്ടെഴുതിയും കൂട്ടുനിന്ന കബനി ബി ഗീത. ഇംഗ്ലീഷ് കവിതയുടെ ഉടമ അമ്മു, ആദ്യ വായനക്കാരി ഗീത.

ചില്ലക്ഷരങ്ങൾ എന്ന പേരിൽ ഫെയ്സ്ബുക്കിലെഴുതിയ കുറിപ്പുകൾ സുഹൃത്തുക്കളുടെ നിർബ്ബന്ധപ്രകാരം നോവലിലേക്ക് വികസിപ്പിക്കുകയായിരുന്നു.

എഴുന്നേറ്റിരിക്കാൻ പറ്റാതെ കിടക്കയിൽതന്നെ അഭയം പ്രാപിച്ചിട്ടും കഠിനവേദനയിലൂടെ കടന്നുപോയിട്ടാണ് നോവൽ പൂർത്തിയാക്കുന്നത്. അക്ഷരങ്ങളെ തിരിച്ചുപിടിക്കുമ്പോൾ ജീവിതം നീട്ടികിട്ടും എന്ന് പ്രേരിപ്പിച്ചവരെ നിറകൺചിരിയാൽ നമിക്കുന്നു. പിന്നെ ബാല്യം മുതൽ അനുഭവിച്ച വിശപ്പിനോടൊപ്പം കൂട്ടുവന്ന പുസ്തകങ്ങൾക്കും നന്ദി.

പ്രസാധകക്കുറിപ്പ്

ജീവിതത്തിന്റെ അർത്ഥതലങ്ങൾ തേടുന്ന മനുഷ്യർക്ക് ലഭിക്കുന്ന അറിവുകൾ എന്തൊക്കെയാണ്? പ്രണയകാമനകളെക്കുറിച്ചും ആസക്തികളെക്കുറിച്ചും നിലനിന്നുപോന്നിരുന്ന മുൻവിധികളൊക്കെയും അപ്രസക്തമാകും അത്തരമൊരന്വേഷണത്തിൽ. അത്തരമൊരനുഭവം പ്രദാനം ചെയ്യുന്ന നോവലാണ് *ഷഡ്പദങ്ങളുടെ സെമിത്തേരി.* സ്ത്രീ പുരുഷ ബന്ധങ്ങളെ, കേവലം ചതുരക്കള്ളികളിൽ മാത്രമായി പരിമിതപ്പെടുത്താനാവില്ല. പ്രണയത്തെ സംബന്ധിച്ച സാമ്പ്രദായിക നിർവ്വചനങ്ങൾക്കുമപ്പുറത്തുള്ള പ്രണയബന്ധങ്ങളും മനുഷ്യർക്കിടയിൽ സാദ്ധ്യമാണ്. അത്തരത്തിൽ വ്യക്തിബന്ധങ്ങളുടെ സൂക്ഷ്മതകളിലേക്കുള്ള സഞ്ചാരമാണ് ഈ കൃതി...

ചിന്ത പബ്ലിഷേഴ്സ്

Living to tell the tale

- Gabriel Garcia Marquez -

ആഴത്തിനുമീതെ ഇരുൾ പരക്കുന്നു....

തടാകത്തിന്റെ നിറം അപ്പോൾ
ഇരുൾ നീലിമയായിരുന്നു.
നേർത്ത വിഷാദം പോലെ
തണുത്ത ഒരു ചെറുകാറ്റുവീശി
തടാകത്തിൽ മെല്ലെ ഓളങ്ങൾ
ഒന്നിളകി, പിന്നെ
അതും നിശ്ചലമായി
ഇലകളിൽ അപ്പോൾ
മഞ്ഞു വീണുകൊണ്ടിരുന്നു
തടാകക്കരയിൽ എങ്ങും
നിശ്ശബ്ദത വിങ്ങി നിന്നു
കാഴ്ചകൾക്കു മീതെ മെല്ലെ
ഇരുട്ടു കയറി വന്നു
ദൂരസഞ്ചാരിയായ ഒരു
തെക്കൻ കാറ്റിൽ
ചെമ്പക മരത്തിൽ നിന്നും
ഒരുപൂവടർന്നു ജലാശയത്തിൽ വീണു
നനഞ്ഞുപോയ ഒരു സ്വപ്നം പോലെ
അതവിടെയങ്ങനെ കിടന്നു
കാറ്റ് ശിഖരങ്ങൾ വഴി പിന്നെയും
ചെമ്പകമരത്തിലേക്കു പടർന്നു കയറി
പൂക്കൾ അടർന്നു വീണുകൊണ്ടേയിരുന്നു
ഓരോ പൂവിന്റെയും
ജല ശയനങ്ങളിൽ നിന്നും
പ്രാണൻ വഴുതിയിറങ്ങി
തണുപ്പിന്റെ ആഴങ്ങളിലേക്ക്
മെല്ലെ മെല്ലെ താണുപോയി
പൂവുകളുടെ തടാകത്തിൽ

ജഡ ശരീരങ്ങൾ മാത്രം ഒഴുകിനടന്നു
ഇതിൽ ഏത് ഇതളിലാവും
എന്റെ പേരും എഴുതിയിട്ടുണ്ടാവുക, നിശ്ചയമില്ല
കാരണങ്ങളില്ലാത്ത തിരസ്ക്കാരം പോലെ
നിനച്ചിരിക്കാത്ത വിരഹം പോലെ
ഒടുവിൽ ഞാനും മാഞ്ഞുപോവും
സ്നേഹം ഒരു ഉടഞ്ഞ കളിമൺപാത്രം പോലെ
ശിഥിലമാവുമ്പോൾ
മരണമാണ് അഭയം
എങ്കിലും ഞാൻ നീറിമരിക്കുന്ന
ഈ അക്ഷരങ്ങളിൽ
എന്റെ ഹൃദയം പിന്നെയും
പ്രതിസ്പന്ദിക്കും
ഓർമ്മിക്കാൻ നല്ലതൊന്നുമില്ലാത്ത ഒരു
ജീവിതത്തേക്കാൾ എത്ര
മനോഹരമാണ് മരണം
ഒരിക്കൽ നീയും അത്
തിരിച്ചറിഞ്ഞേക്കും.

അപ്പോഴേക്കും അതാ
പിന്നെയും ഒരു കാറ്റു വീശുന്നുവല്ലോ....

1

രഹസ്യ അറകൾ

മജസ്റ്റിക് സ്റ്റേഷനിൽ വണ്ടിയിറങ്ങുമ്പോൾ മാലിനി കാത്തുനിൽപ്പുണ്ടാവും എന്നായിരുന്നു പ്രതീക്ഷ. ട്രെയിനിൽ അതുവരെ പുറംകാഴ്ചകൾ കണ്ട് ആസ്വദിച്ചും ഉറക്കം തൂങ്ങിയുമിരുന്നവർ പെട്ടെന്ന് 'ഞാൻ മുന്നേ, ഞാൻ മുന്നേ' എന്നു തിക്കിത്തിരക്കി പുറത്തേയ്ക്കുള്ള വാതിലിൽ ബഹളം സൃഷ്ടിച്ചു.

തിരക്കൊഴിഞ്ഞപ്പോൾ വാക്കിംങ് സ്റ്റിക്കിന്റെ സഹായത്തോടെ അയാൾ മെല്ലെഎണീറ്റു. എപ്പോഴും ഇറടിപ്പോകാവുന്നശരീരത്തെ ഊന്നുവടികൊണ്ടുതാങ്ങി നിർത്തി. വീണുപോവാതിരിയ്ക്കാൻ മുന്നിലുള്ള സീറ്റുകളിൽ ഇടംകൈ ഊന്നി ഒരു വിധത്തിൽ പ്ലാറ്റ്ഫോമിലേയ്ക്ക് കാലുകുത്തി. തൊട്ടടുത്തുകണ്ട ബഞ്ചിൽ ചാരിയിരുന്ന് ദീർഘശ്വാസമെടുത്തപ്പോൾ നെഞ്ചിലെ പിടുത്തത്തിന് ഒരയവുവന്നു.

മാലിനിയുടെ പൊടിപോലും അവിടെങ്ങും കാണാനില്ല. ഇനി മറന്നതാവുമോ? അയാൾ ചിന്തിച്ചു. ഏയ് മറക്കാൻ വഴിയില്ല; ഉടനേ മനസ്സുതിരുത്തി. എന്തെങ്കിലും അത്യാവശ്യം വന്നുകാണും. അവൾ വരും, വരാതിരിക്കില്ല. അതുവരെ കാത്തിരിയ്ക്കാം.

ഈ കാത്തിരിപ്പാണ് ജീവിതത്തിൽ ഏറ്റവും ദുസ്സഹമായകാര്യം. പക്ഷേ, പിറവിയെടുക്കാനുള്ള കാത്തിരിപ്പുമുതൽ മരണത്തെ കാത്തിരിയ്ക്കുന്നതുവരെയുള്ള ഈ ജീവിതത്തിൽ അതിനുപകരമായ് മറ്റൊരുമാർഗ്ഗം ഇല്ല തന്നെ.

അയാൾ പ്ളാറ്റ്ഫോമിലെ തിരക്ക് ശ്രദ്ധിച്ചു. ഇപ്പോൾ സ്റ്റേഷനിലെ ട്രാക്കുകളുടെ എണ്ണം കൂടിയിട്ടുണ്ട്. യാത്രക്കാരുടെയും. ആരും പരസ്പരംകാണുന്നതുപോലുമില്ല. ആരെയൊക്കെയോ കാത്തുനിന്നു മുഷിഞ്ഞവരുടെ മുഖങ്ങൾ മാത്രമേ ഒന്നിലധികം തവണ കാണേണ്ടിവരുന്നുള്ളൂ. ബാക്കി

എല്ലാവർക്കും തിടുക്കമാണ്, ജീവിക്കാനുള്ളപരക്കംപാച്ചിൽ. എന്നാലോ ആയുസ്സിന്റെ നീളം കുറഞ്ഞുകുറഞ്ഞു വരുന്നുവെന്നും മരണത്തിലേയ്ക്കാണ് ഇത്രതിരക്കിട്ടുപോകുന്നതെന്നും എത്രപേർ ഓർമ്മിക്കുന്നുണ്ട്.

മറ്റൊന്നും ചെയ്യാനില്ലാത്തപ്പോൾ ആലോചിക്കാവുന്ന നല്ലൊരു വിഷയമായി അത് അയാൾക്കുതോന്നി.

ചെകിടടയ്ക്കുന്ന ശബ്ദഘോഷത്തോടെ ഒരു ട്രെയിൻ മൂന്നാമത്തെ ട്രാക്കിലേയ്ക്കെത്തി. ചെറുപ്പക്കാരൊക്കെ പാളം മുറിച്ചുകടന്നുള്ള എളുപ്പവഴി തെരഞ്ഞെടുത്തു. വൃദ്ധരും വികലാംഗരും മാത്രമാണ് മേൽപ്പാലത്തെ ആശ്രയിക്കുന്നത്. യാത്രക്കാരിലധികവും ഹിന്ദിപറയുകയും പാൻ ചവയ്ക്കുകയും

ചെയ്യുന്ന ഉത്തരേന്ത്യക്കാരാണ്.

തിരക്ക് അയാളെ വല്ലാതെ അസ്വസ്ഥപ്പെടുത്തി. ഇതുവരെ ഒപ്പമുണ്ടായിരുന്ന ആൾക്കൂട്ടത്തിൽ നിന്നും ഏകാന്തതയുടെ തുരുത്തിലേയ്ക്ക് പെട്ടെന്ന് പിൻ വാങ്ങിയതിന്റെ സമ്മർദ്ദമാവണം.

അയാൾ വെറുതെ ഓർത്തു.

മജസ്റ്റിക്സ്റ്റേഷൻ ജീവിതത്തിന്റെ അവസാനം പോലെയാണ്. എല്ലാ ട്രെയിനുകളും ഇവിടെ അവസാനിക്കുന്നു. ഓടിത്തളർന്ന് കിതച്ചും, ശ്വാസം മുട്ടിയും ഒരന്ത്യം.

അങ്ങനെ ഓരോന്നും ഓർത്തിരിയ്ക്കവേ പിൻകഴുത്തിൽ ഒരു തണുത്ത

കൈത്തലം പതിഞ്ഞു. പിന്തിരിഞ്ഞു നോക്കിയപ്പോൾ,

'മാലിനി'.

"സോറി നേരത്തേ വീട്ടിൽ നിന്നിറങ്ങീതാ, എന്നിട്ടും ട്രാഫിക് ജാമിൽപ്പെട്ട് ഒരു മണിക്കൂർവൈകി"

അവളുടെ സ്വരത്തിൽ ഒരു കുറ്റബോധം കലർന്നിരുന്നു.

അയാൾ പുഞ്ചിരിച്ചുകൊണ്ടുപറഞ്ഞു.

"കുറ്റം തന്റേതല്ലല്ലോ, ഇതൊക്കെ എനിക്കു പണ്ടേ പറഞ്ഞിട്ടുള്ളതല്ലേ; ഈ കാത്തിരിപ്പും നിരാശയുമൊക്കെ"

എത്ര അമർത്തി വച്ചിട്ടും നേരിയ ഒരു വിഷാദം ആവാക്കുകളെ നനച്ചുകളഞ്ഞു.

ഊന്നുവടിയിൽ അയാൾ മെല്ലെ എണീറ്റു. അപ്പോഴാണവൾ അയാളെ കൂടുതൽ ശ്രദ്ധിച്ചത്.

"ഇതെന്തൊരുകോലവാ...?!"

വല്ലാത്തൊരു പാരവശ്യമുണ്ടായിരുന്നു. അവളുടെ ചോദ്യത്തിന്.

അയാൾ ഉത്തരമൊന്നും പറയാതെ മുന്നോട്ടു നടക്കാൻ ശ്രമിച്ചു. കാലുകൾ ചെറുതായി ഒന്നിടറി. അവൾ അയാളുടെ കൈത്തണ്ടയിൽ പിടുത്തമിട്ടു.

പിന്നെ, പാർക്കിംഗ് ഏരിയാവരെ, താഴെ വീണാൽ ഉടഞ്ഞുപോവുന്ന എന്തോ ഒന്നിനെ എന്നപോലെ അവൾ അയാളെ താങ്ങി നടത്തി.

പാർക്കിംഗ് ഫീസടച്ച രസീത് നൽകി, വണ്ടി പിന്നോട്ടെടുത്ത് അയാൾക്കരികിലായി ചേർത്തുനിർത്തി. ഫ്രണ്ട്ഡോറുതുറന്ന് അല്പം ആയാസപ്പെട്ട് അയാൾ വണ്ടിക്കുള്ളിലേയ്ക്കു കയറി.

വന്നും പോയുമിരിക്കുന്ന വാഹനങ്ങൾക്കിടയിലൂടെ വിദഗ്ധമായി അവൾ വണ്ടി പുറത്തേയ്ക്കെടുത്തു.

പടിഞ്ഞാറ് സൂര്യൻ ചാഞ്ഞുതുടങ്ങുന്നു. അന്തരീക്ഷത്തിൽ ചുവപ്പുരാശി പടർന്നു. വിശാലമായ നഗര വീഥിയിലൂടെ അവരുടെ വാഹനവും മുന്നോട്ടു നീങ്ങി.

റോഡിനിരുവശത്തും വിലകൂടിയ കണ്ണാടിക്കൂടുകൾ പോലെ വിവിധ വർണ്ണങ്ങളിലുള്ള കോൺക്രീറ്റ് സൗധങ്ങളുടെ ഒടുങ്ങാത്ത നിര....

അയാൾ മാലിനിയെ ശ്രദ്ധിച്ചു. മെറൂൺ നിറമുള്ള അമെയ്സിനുള്ളിൽ, അതേ ബോർഡറുള്ള കോട്ടൺ സാരിയിൽ അവളുടെ സൗന്ദര്യം ജ്വലിച്ചു നിൽക്കുന്നു. നെറ്റിയിലേക്ക് ഉതിർന്നു വീണ ചില മുടിയിഴകളിലെ വെള്ളി രേഖകളൊഴിച്ചാൽ യൗവ്വനം മുത്തിത്തുടുപ്പിച്ച പഴയ ആ മാലിനിതന്നെ.

ഇലഞ്ഞിപ്പൂവിന്റെ ഗന്ധംപോലുള്ള ഒരു പെർഫ്യൂമിന്റെ വാസന വണ്ടിയ്ക്കുള്ളിൽ നിറഞ്ഞുനിന്നിരുന്നു. ചെറുപ്പത്തിൽ അവളുടെ വിയർപ്പിനും മനസ്സിനെ മഥിക്കുന്ന അതേഗന്ധമായിരുന്നു എന്നയാളോർത്തു.

ഓർമ്മകളുടെ കൈഞരമ്പുമുറിച്ച്, അയാൾ പുറത്തേയ്ക്കു നോക്കി.

ജീവിതം തിളച്ചുമറിയുന്ന നിരത്തുകൾ, ഇരുചക്രവാഹനങ്ങളും ഓട്ടോറിക്ഷകളും ഇരമ്പിപ്പാഞ്ഞുവന്ന് അച്ചടക്കമില്ലാതെ മറ്റുവാഹനങ്ങളെ തടസ്സ

പ്പെട്ടുത്തിക്കൊണ്ട് മുന്നോട്ടുകുതിക്കുന്നു.

ഫ്ളെഡ് ലൈറ്റുകളുടെ പ്രകാശത്തിൽ ഒരു പുൽമൈതാനത്തിനു തീ പിടിച്ചതുപോലെ നഗരം.

മുൻപ് പലതവണ വന്നുപോയിട്ടുള്ളതാണെങ്കിലും ഇപ്പോൾ കാണുമ്പോൾ എന്തോ വല്ലാത്തൊരു അഭിനിവേശം തോന്നുന്നു.

റെയിൽവേ സ്റ്റേഷൻ മുതൽ സിൽക്ക് ബോർഡ് വരെയുള്ള ഔട്ടർ റിംഗ്റോഡുവഴിയാണ് ഇപ്പോൾ വണ്ടി പോകുന്നത്. എവിടെ നോക്കിയാലും പടർന്നു പന്തലിച്ച മേൽപ്പാലങ്ങൾ.

മുൻപ്, ബാംഗ്ലൂർ പൂക്കളുടെ നഗരമായിരുന്നെങ്കിൽ ഇപ്പോൾ ഓവർബ്രിഡ്ജുകളുടെ സിറ്റിയാണ്. തലങ്ങും വിലങ്ങും കെട്ടിപ്പിടിച്ചും, ചുറ്റിപ്പിണഞ്ഞും എങ്ങോട്ടെന്നില്ലാതെ ഒഴുകിപ്പരക്കുന്ന മേൽപ്പാലങ്ങൾ.

യാത്രയിൽ അവർ പരസ്പരം ഒന്നും ചോദിച്ചുമില്ല, പറഞ്ഞുമില്ല. ഡ്രൈവിംഗിൽ മാത്രമായിരുന്നു അവളുടെ ശ്രദ്ധ. അയാളുടെ ശ്രദ്ധ പുറം കാഴ്ചകളിലും.

റിംഗ്റോഡിൽ നിന്നും കോറമംഗല ഹൗസിംങ് കോളനിയിലേയ്ക്കുള്ള വഴിതിരിഞ്ഞപ്പോൾ മുതൽ കാഴ്ചയിൽ പച്ചപ്പടർന്നു.

വഴിയോരം നിറയെ പൂവാകയും ഇലഞ്ഞിയും മഹാഗണിയുമൊക്കെ പച്ച പുതച്ചുനിൽക്കുന്നു. നടപ്പാത നിറയെ കൊഴിഞ്ഞ പൂക്കളുടെ മെത്ത. ബാംഗ്ലൂർ സിറ്റിയിൽ അല്പം പച്ചപ്പ് അവശേഷിക്കുന്ന ഒരിടം.

ഗേറ്റിനടുത്തെത്തിയപ്പോൾ ഒരു സെക്യൂരിറ്റി ഓടിവന്ന് ഗേറ്റ് തുറന്നുതന്നു. ചരൽ വിരിച്ച മുറ്റത്തുകൂടി വണ്ടി കാർഷെഡ്ഡിലേയ്ക്കൊതുക്കിനിർത്തി.

ആദ്യം ഇറങ്ങിയതു മാലിനിയാണ്. പിന്നെ അവളയാളെ കൈപിടിച്ചിറക്കി.

കോൺക്രീറ്റ് വാർപ്പിനുമുകളിൽ ഓട്ടുപാകിയ തനികേരളീയ ശൈലിയിലുള്ള ഭവനം.

ഉമ്മറത്തുതന്നെ ഒരു തൂക്കുവിളക്കും കോളിംഗ്ബെല്ലിനുപകരമുള്ള ഓട്ടുമണിയും തൂങ്ങിയാടുന്നുണ്ട്. കൊത്തുപണികൾ കൊണ്ടലങ്കരിച്ച വാതിലിൽ സ്വർണ്ണനിറത്തിൽ വീട്ടുപേര് കൊത്തിവച്ചിരിക്കുന്നു.

'പ്രാർഥന'

ജീവിതം മുഴുവൻ അവസാനിക്കാത്ത പ്രാർഥനയായ് ഉരുകുന്ന അവൾ വീടിനു മറ്റെന്തു പേരിടാനാണ്, എന്നയാൾ ചിന്തിച്ചു.

അകത്തും വിശാലമായ സൗകര്യങ്ങളുണ്ടായിരുന്നു. ലിവിംങ് റൂമിന്റെ വലത്തേ മൂലയിൽ ചുവന്ന പട്ടുവിരിച്ച പീഠത്തിൽ നടരാജമൂർത്തിയുടെ വെങ്കലശില്പം. തറയിൽ വച്ച ഓട്ടുരുളിയിൽ അപ്പോൾ വിടർന്നതുപോലുള്ള ആമ്പൽക്കൂട്ടം. ഷോകേസിൽ ചില്ലിട്ട ചില ചിത്രങ്ങളും മെമന്റോയും കുറച്ച് പുസ്തകങ്ങളും. സൈഡ് ഡോറിനടുത്തായി അലമാരയും ഫ്രിഡ്ജും. മുറിയുടെ നടുക്കായി ചില്ലുകൊണ്ടുള്ള ഡൈനിംഗ് ടേബിൾ,അതിനപ്പുറം വിശാലമായ ജനൽ. ആകാശനീലയിൽ വെളുത്ത പൂക്കളുള്ള കർട്ടനിട്ടുമറച്ചിരിക്കുന്നു. മൊത്തത്തിൽ വൃത്തിയും വെടിപ്പുമുള്ള വീട്.

അയാളുടെ ശരീരം പെട്ടെന്നു ദുർബലമായി അതുവരെ ഉള്ളിൽ പിടിച്ചു നിർത്തിയിരുന്ന ഊർജ്ജം കൈവിട്ടപോലെ, കിതപ്പിന്റെ ഒരൊഴുക്ക് നെഞ്ചിൽ തടഞ്ഞു. അയാൾ പിടിവിട്ടതുപോലെ സോഫയിലേക്കുചാഞ്ഞു.

"എന്തു പറ്റി? " -

അവൾ പരിഭ്രാന്തിയോടെ ഓടിഎത്തി.

"ഒന്നൂല്ല കുടിയ്ക്കാനെന്തുണ്ട്? "

അയാളുടെ ചോദ്യത്തിന് ഒരു തളർച്ച ഉണ്ടായിരുന്നു.

"കാപ്പിയിടാം, അതല്ലേ നിനക്കിഷ്ടം"

അയാൾ കൈഉയർത്തി അവളെ വിലക്കി.

"എന്നാൽഫ്രൂട്സുണ്ട്, ഫ്രഷ് ജ്യൂസെടുക്കട്ടെ."

"ഇതൊന്നും വേണ്ട, മറ്റൊന്നുമില്ലേ നിന്റെ കയ്യിൽ?"

"മറ്റെന്ത്"? അവൾ അത്ഭുതപ്പെട്ടു.

"നിന്റെ ചിന്നമ്മാന്റി ധാരാളം വൈനുണ്ടാക്കിത്തരുമായിരുന്നില്ലേ?"

"നല്ല പൂതി, ഉണ്ടെങ്കിലും തരില്ല ഞാൻ"

അവൾ ദേഷ്യപ്പെട്ടു

"നിന്റെ അടിമയായിട്ടല്ല ഞാനിവിടെ വന്നത്.വന്നതുപോലെ തിരിച്ചു പോവാനും എനിക്കറിയാം."

അയാളുടെ മുഖം ചുവന്നു.

"നിനക്കറിയാല്ലോ ? ഇവിടെയും എനിക്കു സുഹൃത്തുക്കളുണ്ട്. അവരെ ഒഴിവാക്കി ഞാനിങ്ങോട്ടു പോന്നത് ഒന്നും വേണ്ടാന്നു വച്ചിട്ടാ.

പക്ഷേ, പറ്റുന്നില്ല."

അയാൾ സ്വയം ശപിക്കുന്നതുപോലെ കൈകൾ കൂട്ടിത്തിരുമ്മി.

അവൾ ഒരു നിമിഷം അയാളെത്തന്നെ നോക്കി നിന്നു.

എന്നും വാശിയായിരുന്നു മുന്നിൽ, ജീവിതത്തോടുപോലും. ആഗ്രഹിക്കുന്നതു നഷ്ടപ്പെടുമ്പോൾ സ്വയം ശിക്ഷിക്കുക. ജീവിതം തന്നെ അങ്ങനെ എറിഞ്ഞുടച്ചതാണ്. എന്നിട്ടിപ്പോൾ എല്ലാപരാജയവും ഏറ്റുവാങ്ങി...

എല്ലാം തകർന്നതുപോലുള്ള ആ ഇരിപ്പുകണ്ടപ്പോൾ അവൾക്ക് എതിർത്തൊന്നും പറയാൻ തോന്നിയില്ല.

കബോർഡിൽ നിന്നും പൊട്ടിക്കാത്ത ഒരു റെഡ്വൈനിന്റെ കുപ്പി എടുത്ത് ചില്ലുഗ്ലാസ്സിലേയ്ക്കു പകർന്നു കൊണ്ടവൾ ചോദിച്ചു.

"ഇതൊന്നും പാടില്ലാന്ന് ഡോക്ടർമാർ പറഞ്ഞിട്ടുള്ളതല്ലേ?"

"അവരങ്ങനെ പലതും പറയും"

ഉത്തരം പെട്ടെന്നായിരുന്നു.

"കുടിക്കാതിരുന്നിട്ടെന്തിനാ? രോഗാതുരമായ ഈ ശരീരത്തിന് നീട്ടിക്കിട്ടുന്ന വാർധക്യത്തിന്റെ ഭാരം ചുമക്കാനുള്ള കെൽപില്ലെന്ന് നിനക്കറിഞ്ഞൂടെ?"

അയാളത്രയും പറഞ്ഞു നിർത്തി അൾത്താരയിൽ കുമ്പിട്ടിരുന്ന് കുർബ്ബാന സ്വീകരിക്കുന്ന പവിത്രതയോടെ അവളുടെ കയ്യിൽ നിന്നും ചില്ലു

ഗ്ലാസ്സ് മെല്ലെ വാങ്ങി അതിലെ ചുവന്നദ്രാവകം ഒറ്റവീർപ്പിന് അകത്താക്കി. പിന്നെ ഒരു ചെറുപുഞ്ചിരിയോടെ അവളുടെ മുഖത്ത് നോക്കിപറഞ്ഞു.

"നീ പേടിക്കണ്ട മാലു, എന്തായിരുന്നാലും എന്റെ മരണം ഇവിടെ വച്ചായിരിക്കില്ല"

അവളതു കേട്ടില്ലെന്നു നടിച്ച് അടുക്കളയിലേക്കു നടന്നു.

വീഞ്ഞ് മെല്ലെ മെല്ലെ എരിഞ്ഞിറങ്ങിയപ്പോൾ അയാൾക്ക് ക്ഷീണത്തിന് തെല്ലൊരാശ്വാസം തോന്നി.

'നേരംസന്ധ്യയായാൽ ഇത്തിരി ലഹരി അകത്തുചെല്ലണം. ഇല്ലെങ്കിൽ, ശരീരം വിറയ്ക്കും. ദുഃസ്വപ്നങ്ങൾ തലച്ചോറിനെ കടിച്ചുകുടയും...

ഇപ്പോൾ എല്ലാം ശാന്തമായിരിക്കുന്നു. ഉള്ളിൽ ഒരു തീമഴപെയ്തു തോർന്നതുപോലുള്ള അനുഭവം.'

അയാൾ സാവധാനം എണീറ്റ് ജനാലയ്ക്കരികിലേയ്ക്കു നടന്നു. അഴികളിൽ പിടിച്ചുനിന്ന് പുറം കാഴ്ചകളിലേയ്ക്കു കണ്ണുകളയച്ചു.

ദൂരെ നക്ഷത്രവെട്ടങ്ങളുടെ താലപ്പൊലി. നിരത്തുകളിലെ വാഹനപ്രവാഹത്തിന് ശക്തികൂടിയിരിക്കുന്നു. പബ്ബുകളിൽ നിന്നായിരിക്കണം ആട്ടവും പാട്ടും കൊഴുക്കുന്നു. നഗരം അതിന്റെ വന്യമായ ആഘോഷങ്ങളിലമരുകയാണ്.

കാണക്കാണെ ഒരുപാടുനഗരങ്ങൾ ഒന്നു ചേർന്നതാണ് ബാംഗ്ലൂർ നഗരം എന്നയാൾക്കുതോന്നി. ഓരോരോ കാഴ്ചയിലും മറ്റേതോ നഗരങ്ങൾപോലെ പല പല മുഖങ്ങളിൽ പല പല അളവുകളിൽ, പല പല കോണുകളിൽ ഒരുപാടു നഗരങ്ങൾ ഒന്നു ചേരുന്ന പ്രതീതി.

എങ്ങുനിന്നോ ഒരു തണുത്തകാറ്റ് മുഖത്തടിച്ചു. അടുത്തെവിടെയെങ്കിലും ഒരു തടാകം ഉണ്ടാവും എന്നയാൾ ഊഹിച്ചു. മുംബെപോലെയോ ചെന്നൈ പോലെയോ കടലിനോടുചേർന്നുകിടക്കുന്ന ഒരു നഗരമല്ല ബാംഗ്ലൂർ, പക്ഷേ, നൂറുകണക്കിനു തടാകങ്ങൾ ഈ നഗരത്തിന്റെ മാത്രം പ്രത്യേകതയാണ്.

കടലായിരുന്നു എന്നും അയാളെ പ്രലോഭിപ്പിച്ചിരുന്നത്. കടലിനോടു ചേർന്ന് ഒരു കൊച്ചുവീട്. കടലിന്റെ പ്രക്ഷുബ്ധമായ ഇരമ്പംകേട്ട്, ഇരുട്ടിലും പതഞ്ഞു പൊങ്ങുന്ന വെൺനുരകണ്ട്, തണുത്ത കടൽക്കാറ്റേറ്റ്. നടക്കാതെ പോയ ഒരുപാടുസ്വപ്നങ്ങളിൽ ഒന്ന്. നഗരം പോലെ തന്നെ കടലും പലതാണ്. ഓരോ കാഴ്ചയിലും ഓരോ കടൽ.

പ്രണയ കാലത്ത് കാമുകിയുടെ കൈപിടിച്ച് നടക്കുമ്പോൾ കാണുന്ന കടലല്ല, വിരഹത്തിൽ വെന്തുവിയർക്കുമ്പോൾ കാണുന്ന കടൽ. മരണത്തെ തൊട്ടുരുമ്മിനടക്കുമ്പോൾ കാണുന്ന കടൽ ഇതൊന്നുമല്ല.

കടൽ അതുതന്നെയായിരിക്കാം. പക്ഷേ, ഒരേ കടൽ ഓരോരുത്തർക്കും ഓരോരോരോസന്ദർഭങ്ങളിൽ ഓരോരോ കടലാണ്.

ജീവിതവും അങ്ങനെതന്നെയാണ് അയാളോർത്തു. അവരവരുടെ കാഴ്ചപ്പാടിനനുസരിച്ചുള്ളതാണ് ഓരോരുത്തരുടെയും ജീവിതങ്ങൾ. ഒന്ന് മറ്റൊന്നിനോടുതാരതമ്യപ്പെടുത്തുക അസാധ്യം.

'നീ എന്തുകൊണ്ടുമറ്റുള്ളവരെപ്പോലായില്ലാ' എന്ന ചോദ്യമാണു ലോകത്തിലെ ഏറ്റവും വലിയ വിഡ്ഢി ചോദ്യം എന്നയാൾക്കു പലപ്പോഴും തോന്നിയിട്ടുണ്ട്. ഒരുപാട് കേട്ടു മുഷിഞ്ഞിട്ടുമുണ്ട്.

അങ്ങനെ ഓരോന്നും ഓർത്ത് നിൽക്കെ ദൂരെ എവിടെയോ നിന്ന് ഒരു രാത്രി സൈറൺ മുഴങ്ങി, ഏതോ ഫാക്ടറിയിലെ ഷിഫ്റ്റ് ചെയ്ഞ്ചിനുള്ള മുന്നറിയിപ്പാണ്.

'തന്റെ ഷിഫ്റ്റും കഴിയാറായിരിക്കുന്നു.'

ഇനി താക്കോൽ കൈമാറി പടിയിറങ്ങുക മാത്രമേ വേണ്ടൂ.

അതിനുമുൻപായി മനസ്സിന്റെ അടച്ചിട്ട അറകൾ തുറന്ന് രഹസ്യങ്ങളൊക്കെ തുറന്നുപറയണം. ഇത്രതിടുക്കപ്പെട്ട് ഇങ്ങോട്ടുവരാനുള്ള കാരണം അതാണ്. നാളിതുവരെ ഒരു കുമ്പസ്സാര രഹസ്യംപോലെ മനസ്സിൽ സൂക്ഷിച്ചിരുന്നതാണത്. ഇനി അതിന്റെ മുദ്രപൊട്ടിക്കണം. ഭാരങ്ങളൊന്നുമില്ലാതെ വേണം പടിയിറങ്ങാൻ. ഡോക്ടർമാർ നൽകിയ കാലാവധി കഴിഞ്ഞിരിക്കുന്നു. ഇനി അവന്റെ വരവിനായുള്ള കാത്തിരിപ്പിന്റെ നിമിഷങ്ങളാണ്. ദേഹവും ദേഹിയും വേർപെടുമ്പോൾ അഗ്നിക്കു വിലങ്ങനെ വസ്തുങ്ങൾ പാടില്ല എന്നുകേട്ടിട്ടുണ്ട്. അതുപോലെ ഞാനും അവളും വേർപിരിയുമ്പോൾ ഞങ്ങൾക്കിടയിൽ രഹസ്യങ്ങൾ അവശേഷിക്കാൻ പാടില്ല.

"ഓഹാ...ഇവിടെ വന്നു നിൽക്ക്കാണോ?

തണുപ്പടിക്കില്ലേ?"

മാലിനി തിടുക്കപ്പെട്ട് അലമാരയിൽ നിന്നും ഒരു കമ്പിളിപ്പുതപ്പെടുത്ത് അയാളെ പുതപ്പിച്ചു. പിന്നെ, സോഫയിലേയ്ക്കു കൈപിടിച്ചുനടത്തി.

"മാലൂ, ഞാനിപ്പോൾ കൊച്ചുകുട്ടിയൊന്നുമല്ല, ഇങ്ങനെ പൊതിഞ്ഞു പിടിക്കാൻ"

"എനിക്കു നീ എന്നും കൊച്ചുകുട്ടി തന്നാ. ഓർമ്മയില്ലേ നമ്മുടെ ബാല്യം. നിർത്താതെ മഞ്ഞുപെയ്യുന്ന ഡിസംബറിൽ കരിയില കൂട്ടി തീ കാഞ്ഞിരിക്കുമ്പോഴും ഞാൻ നിന്നെ പുതപ്പുകൊണ്ടു പൊതിഞ്ഞു പിടിച്ചിരുന്നു."

അയാളുടെ മനസ്സിലും ഓർമ്മകളുടെ മഞ്ഞുപൊഴിഞ്ഞു.

"ശരിയാണ് ചേർത്തുപിടിക്കാൻ ചിലരെങ്കിലും ഒപ്പമുണ്ടാവും എന്നു പ്രതീക്ഷിച്ചു. പക്ഷേ, ഇന്ന് ആൾക്കൂട്ടത്തിന്റെ ഉത്സവങ്ങളിൽ നിന്നും ഞാൻ മാത്രം ഒറ്റപ്പെട്ടുപോയി. മനസ്സിന്റെ എല്ലാവാതിലുകളും ജനാലകളും തുറന്നിട്ടിട്ടും ഒരു ചെറുകാറ്റുപോലും കടന്നു വരുന്നേയില്ല. ഇരുട്ടിറങ്ങിവരുന്ന രാത്രികളിൽ എല്ലാവിളക്കും തെളിച്ചുവച്ച് ഭയത്തിനു കാവലിരിക്കുകയാണ് ഞാനിന്ന്."

അവസാന വാക്കുപറയുമ്പോൾ അയാളുടെ ശബ്ദമിടറിപ്പോയി.

"എന്തിനാണിങ്ങനെ വേദനിക്കുന്നത്?

ഇനി ഞാനുണ്ടല്ലോ നിനക്ക്"

പൊള്ളുന്ന ഉള്ളം കൈകൊണ്ടവൾ അയാളുടെ നെറ്റിയിൽ തലോടി ആശ്വസിപ്പിച്ചു.

അയാളവളെ തന്നിലേക്കു ചേർത്തു പിടിച്ച് ആ നീണ്ട കൈ വിരലുകളിൽ അമർത്തി ചുംബിച്ചു.

കാമനകളുടെ നിരാസക്തമായ ചുംബനം!

അയാളുടെ ഹൃദയത്തിലെ ഇരുട്ട്

മെല്ലെ മാറിമാറിവന്നു.

ഓർമ്മകളുടെ കലണ്ടർ പിന്നോട്ടു മറിഞ്ഞു.

ഇപ്പോൾ അയാളുടെ മനസ്സിൽ ബാല്യകാലസമൃതികളുടെ

മുളങ്കാട് പൂത്തു തുടങ്ങി.

2

രണ്ടാമതൊരാൾ

അതമ്പുവള്ളിയിലൂടെ അതിവേഗം പ്രാണനുമായ് കുതിക്കുന്ന അണ്ണാറക്കണ്ണനുപിന്നാലെ ഞങ്ങളും കുതിച്ചു. ഒടുവിൽ, ഉന്നം തെറ്റാത്ത സാമിയുടെ ഇടംകയ്യനേറിൽ അവൻ വീണു. ഇത്തിരി മുമ്പുവരെ 'ചിൽ ചിൽ' എന്നു ചിലച്ച് വാലിട്ടിളക്കി ഇല്ലിക്കാട്ടിലൂടെ ഓടിനടന്നതാണവൻ.

എങ്ങുനിന്നോ മാലിനി ഓടിവന്ന് കൈതമുള്ളുകൾക്കിടയിൽ നിന്നും അവനെ ശ്രദ്ധാപൂർവ്വം എടുത്തുമടിയിൽ വച്ച് പുറം തലോടിക്കൊടുത്തു. പിന്നെ അടക്കാനാവാത്ത സങ്കടത്തോടെ അവൾ എന്നെ ഒന്നുനോക്കി. വേണ്ടീരുന്നില്ല എന്നെനിക്കും അപ്പോൾ തോന്നി. സാമിക്കും സോമനും ഗോപാലുവിനും ഒരു ഭാവഭേദവുമില്ലെന്നുമാത്രമല്ല, സാമിക്ക് തന്റെ ഉന്നം നൽകിയ ഊറ്റം. സോമനാകട്ടെ കുറേ ഏറ് പാഴായതിലുള്ള നിരാശ. ഗോപാലുവിനായിരുന്നു, ഏറെ സന്തോഷം. അണ്ണാറക്കണ്ണന്റെ വാലിലെ രോമമെടുത്ത് വരയ്ക്കാനുള്ള ബ്രഷുണ്ടാക്കാം എന്നാരോ അവനോടു പറഞ്ഞിരുന്നു. അതായിരുന്നു, അവന്റെ സന്തോഷത്തിനു കാരണം.

ഞങ്ങളുടെ കൂട്ടത്തിലെ രാജാരവിവർമ്മയാണു താൻ എന്നാണ് അവന്റെ ഭാവം. വെണ്ണകട്ടുതിന്നുന്ന ഉണ്ണിക്കണ്ണനേയും, ശിവജഡയിലൊളിപ്പിച്ച ഗംഗാദേവിയേയും, കളർ പെൻസിൽ കൊണ്ടുവരഞ്ഞ് അവൻ പെണ്ണുങ്ങൾക്കുമുന്നിൽ ഷൈൻ ചെയ്യും. സീനത്തിനും സംഗീതയ്ക്കും അവൻ ആരും കാണാതെ കളർ പെൻസിൽ കൊടുത്തു. പക്ഷേ, ഞാനെത്ര കെഞ്ചിയിട്ടും എനിയ്ക്കവൻ കളർ പെൻസിൽ തന്നില്ല. അതുകൊണ്ട് മാലിനിയുടെ കൈലേസിൽ റോസാപ്പൂവരച്ചുകൊടുക്കാമെന്ന വാക്കും തെറ്റി. അവളാണെങ്കിൽ മൂന്നാലുദിവസം അതും പറഞ്ഞ് പിണങ്ങിയിരുന്നു.

ഞാൻ, സാമി, ഗോപാലു, സോമൻ, ഞങ്ങൾ നാലുപേരും അന്ന് ഏഴാം ക്ലാസ്സിൽ പഠിക്കുകയാണ്. മാലിനി രണ്ടുക്ലാസ്സ് പിന്നിലും. പള്ളിക്കൂടം വിട്ടുവന്നാൽ അതമ്പുവള്ളികൊണ്ടുകെണിയുണ്ടാക്കി മൈനയെ

പിടിക്കുക. അണ്ണാറക്കണ്ണനെ എറിഞ്ഞു വീഴിക്കുക, പാമ്പിനെ അതിന്റെ മാളത്തിൽ നിന്നും പുറത്തു ചാടിക്കുക ഇതൊക്കെയായിരുന്നു. ഞങ്ങൾ നാൽവർ സംഘത്തിന്റെ വിനോദങ്ങൾ.

കുട്ടീംകോലും, കൊത്തം കല്ലാടൽ, കിളിത്തട്ട്, ഗോലികളി അങ്ങനെ കളികൾ വേറെയും. പക്ഷെ, എല്ലാകളികളിലും എനിയ്ക്കായിരുന്നു തോൽവി. എന്നാൽ ആ തോൽവികളൊന്നും എന്നെ ബാധിച്ചതേയില്ല. കാരണം ആർക്കും കിട്ടാത്ത ഒരു വലിയ നേട്ടം എനിയ്ക്കുണ്ടായിരുന്നു. മാലിനി!

അവളെ ആർക്കും ഞാൻ വിട്ടുകൊടുത്തില്ല. അവളാകട്ടെ സദാസമയവും എന്നോട് ഒട്ടിച്ചേർന്ന് നടന്നു. കാലം ഒരു കർക്കിടക മഴപോലെ കുത്തിയൊലിച്ചുപോയപ്പോൾ ആ സൗഹൃദങ്ങളും വഴിപിരിഞ്ഞു.

ഗോപാലകൃഷ്ണൻ എന്ന ഗോപാലു ക്യാമറപഠിക്കാൻ കോടാമ്പക്കത്തിനു വണ്ടി കയറി. സോമൻ വലിയ തയ്യൽക്കാരനായി സമയത്തിനൊന്നും പണി തീർക്കത്തില്ലെങ്കിലും തയ്യലുകൊള്ളാവുന്നതുകൊണ്ട് ആളുകൾ കൂനിന്നു. സാമി ഒൻപതിലേ പഠിപ്പുനിർത്തി വർക്ക്ഷോപ്പുപണിക്കുപോയി.

സാമിയുടെ പഠിപ്പുനിർത്തലിനു പിന്നിലെ രസകരമായ ആ കഥ അയാൾക്ക് ഓർമ്മവന്നു. സ്കൂൾ ആനിവേഴ്സറിക്കുള്ള നാടകങ്ങളിൽ സ്ഥിരം പെൺവേഷം കെട്ടുന്നത് സാമിയാണ്. 'ഇരുമ്പുപെട്ടിയിലെ കത്തി' എന്ന ക്രൈം ത്രില്ലർ നാടകത്തിലെ പെൺവേഷം കെട്ടിയ സാമിക്ക് പേരുവിളിക്കുംമുൻപ് മൂത്രശങ്ക; പത്താം ക്ലാസ്സിനോടുചേർന്നുള്ള സ്റ്റേജിനും മതിലിനുമിടയിൽ അവൻ കാര്യം സാധിച്ചു. പക്ഷേ, സാരിയുടുത്തു നിന്നോണ്ടുമുള്ളിയ പെണ്ണിനെ 'ഉപ്പുചാക്കെ'ന്ന ഇരട്ടപ്പേരുള്ള ഗോപാലൻ സാറ് കയ്യോടെപൊക്കി. അതിന്റെ നാണക്കേടിലാണവൻ പഠിപ്പുനിർത്തിയത്.

അന്ന് ഉപ്പുചാക്കുപറഞ്ഞതാ

"നീ ഒരിയ്ക്കലും ഗുണം പിടിയ്ക്കാൻ പോകുന്നില്ലെന്ന്"

പക്ഷെ, ഉപ്പുചാക്കിന്റെ പ്രാക്കു ഫലിച്ചില്ല;

അവൻ നല്ല മെക്കാനിക്കെന്ന പേരെടുത്ത് പേർഷ്യക്കുപോയി.

ഓരോന്ന് ഓർത്തോർത്തുവന്നപ്പോൾ അയാൾക്ക് ഉള്ളിൽ ചിരിപൊട്ടി.

"എന്തേ തനിച്ചിരിന്നു ചിരിയ്ക്കാൻ"എന്ന ചോദ്യവുമായി

ഓർമ്മകൾക്ക് മുന്നിലേയ്ക്കു മാലിനി കയറിവന്നു.

"ഒന്നുല്ല; ചെറുപ്പത്തിലെ ചില കുസൃതികൾ ഓർത്തുപോയതാ"

"കുസൃതി അല്പം കൂടിപ്പോയതാ ഇന്നത്തെ ഈ ദുർവിധിക്കുകാരണം. അതോർക്കുന്നുണ്ടോ നീ"

"പിന്നെ, മറക്കാൻ പറ്റ്വോ"

അയാളുടെ ഓർമ്മകൾ പിന്നെയും പിന്നിലേയ്ക്കു സഞ്ചരിച്ചു.

എട്ടാം ക്ലാസ്സിനും പത്താംക്ലാസിനുമിടയിലെ ആ ഇടനാഴിയാണ് ജിവിതം തകിടം മറിച്ചത്.

"ഞാൻ സ്റ്റാഫ് റൂമിൽ കോപ്പിബുക്ക് വയ്ക്കാൻ പോയി വരികയായിരുന്നു. നീ ഡസ്റ്ററെടുക്കാൻ അങ്ങോട്ടും, നടന്നു നടന്ന് അടുത്തെത്തിയപ്പോൾ

നമ്മൾ നിന്നു. നിന്റെ മൂക്കിൻ തുമ്പുവിയർത്തിരുന്നു."

ക്ലാസ്സുതുടങ്ങിക്കഴിഞ്ഞാൽ ആരും അതുവഴി വരാറില്ല. ഒരു നിമിഷ ത്തിന്റെ ആവേശലഹരിയിൽ

ഞാൻ നിന്റെ വിയർത്ത മൂക്കിൻതുമ്പത്ത് ഉമ്മവച്ചു. ഒരു കാൽപെരുമാറ്റം കേട്ട് തിരിഞ്ഞു നോക്കുമ്പോൾ മുന്നിൽ ഉപ്പച്ചാക്ക്.

നീ ക്ലാസ്സിലേയ്ക്കു തന്നെ തിരിഞ്ഞോടി.

പതിവുപോലെ രൂക്ഷമായി ഒന്നുനോക്കി

ചുമലുവെട്ടിച്ച് ഗോപാലൻ സാറുപറഞ്ഞു.

"നീ ഒരിയ്ക്കലും ഗുണം പിടിക്കത്തില്ല." അതുഫലിച്ചു.

കാത്തിരുന്ന ഭൂകമ്പങ്ങളൊന്നും അന്നുണ്ടായില്ലെങ്കിലും പിറ്റേന്ന് ഹെഡ്മാസ്റ്റർ നൈനാൻ സാർ എന്നെ ഓഫീസിലേയ്ക്കു വിളിപ്പിച്ചു. ചെന്ന ഉടനേ ഒരു രൂപാ കയ്യിലേയ്ക്കു തന്നു. എനിക്കു കാര്യം പിടികിട്ടി. മറ്റൊന്നും ചോദിച്ചില്ലല്ലോ എന്ന ആശ്വാസത്തോടെ ഞാൻ റോഡുമുറിച്ചുകടന്ന് ഉസ്മാന്റെ ചായപീടികയിലെത്തി. കടുപ്പത്തിലൊരു ചായയും രണ്ടുമുറുക്കാനും വാങ്ങി തിരിച്ചുവന്നു.

നൈനാൻ സാർ ഒറ്റവലിക്കു ചായകുടിച്ചു പിന്നെ, മുറുക്കാനെടുത്ത് വെറ്റിലയുടെ തുമ്പ് പറിച്ച് ചെന്നിയിലൊട്ടിച്ചു. വെറ്റിലയുടെ ഞരമ്പ് നഖം കൊണ്ടുചുരണ്ടിക്കളഞ്ഞു, വിശദമായി ചുണ്ണാമ്പുതേച്ച് അരിഞ്ഞിട്ട പുകയിലയും പാക്കുംകൂട്ടി വിശാലമായി ഒന്നുമുറുക്കി. പിന്നെ ജനാല വഴി പുറത്തേയ്ക്കു നീട്ടിത്തുപ്പി, മേശപ്പുറത്തിരുന്ന ചൂരലെടുത്ത് ബലം പരിശോധിച്ചു.

അല്പായുസ്സായിരുന്ന എന്റെ ആശ്വാസം ആശങ്കയ്ക്കു വഴിമാറി. ഞാൻ കണ്ണുകൾ ഇറുകിയടച്ചു. എണ്ണിക്കൊണ്ടു മൂന്നടി എന്റെ ചന്തിയിൽ വീണു.

കടുത്ത വേദനയിൽ പുളഞ്ഞുപോയെങ്കിലും കാര്യങ്ങൾ അതിൽ തീർന്നല്ലോ എന്നു സന്തോഷിച്ചു.

പക്ഷെ, ഒരിയ്ക്കലും ഗുണംപിടിക്കാത്ത ഉപ്പച്ചാക്ക് മാലിനിയുടെ വല്യമ്മയോടു വിവരം പറഞ്ഞു.

"അവർ കൊച്ചുകുട്ടികളല്ല; മുതിർന്നു
സൂക്ഷിച്ചാൽ നല്ലത് അല്ലെങ്കിൽ
ഗുണം പിടിക്കാതെ പോകും."

അവിടെ തുടങ്ങുകയായിരുന്നു പ്രശ്നങ്ങൾ.

പരസ്പരം കാണരുത്,

മിണ്ടരുത്,

ഒരുമിച്ചു സ്ക്കൂളിൽ പോകരുത്...

അങ്ങനെ ഒരുപാടു മതിലുകൾ.

മാലിനിയും ഓർമ്മകളുടെ ഓരംചേർന്നു.

'ഒരിയ്ക്കൽ കൈതക്കാട്ടിലെ പാമ്പിൻ മുട്ടകൾ
വിരിഞ്ഞോ എന്നു നോക്കാൻ പോയതിന്
കൊച്ചച്ചന്റെ കയ്യീന്ന് എന്തോരം തല്ലുകിട്ടി.'

പിന്നെ തമ്മിൽ കാണാതെയും മിണ്ടാതെയും എത്രവർഷങ്ങൾ.

ജന്മനാഭാഗ്യം കെട്ടവനാഞാൻ എന്നെന്റെ അമ്മ പറഞ്ഞിട്ടുണ്ട്.

'മൂന്നാമത്തെ കൊമ്പന്റെ ജന്മം മുടിഞ്ഞു പോവും. അവനെ ഓർത്തു സങ്കടപ്പെടും' എന്നായിരുന്നു കാക്കാലത്തിയുടെ പ്രവചനം.

അതു ശരിവയ്ക്കുന്ന ഒരനുഭവം കൂടി അമ്മയ്ക്കുണ്ടായി.

മഠത്തിപ്പറമ്പിലെ തമ്പിറാവുത്തരുടെ വീട്ടിൽ പാത്രം കഴുകിയും പാരീസ് ഹോട്ടലിലെ പിള്ളേച്ചന്റെ എരുമകൾക്ക് പുല്ലരിഞ്ഞു വിറ്റുമാണ് അമ്മ വീടുനടത്തിയത്.

ഒരിക്കൽ, തൊട്ടടുത്ത കമ്പിപ്പറമ്പിൽ അമ്മ പുല്ലുചെത്താൻ പോയി. റൈട്ടർ വരുന്നുണ്ടോ എന്നു നോക്കാൻ എന്നെ കയ്യാലപ്പുറത്തു നിർത്തി. ആഞ്ഞിലിമരത്തിൽ നിന്നും ഇറങ്ങിവന്ന ഒരു അണ്ണാറക്കണ്ണൻ ഇല്ലിക്കമ്പുകളിൽ ചാടിമറിഞ്ഞും അതമ്പുവള്ളിയിൽ ഊഞ്ഞാലാടിയും എന്റെ നോട്ടം തെറ്റിച്ചു.

പതുമ്മി വന്ന റൈട്ടർ അമ്മയുടെ പക്കൽനിന്നും ചെത്തിയപുല്ലും അരിവാളും പിടിച്ചുവാങ്ങി.

വിയർപ്പും കണ്ണീരുമായി ഇല്ലിപ്പടർപ്പു നൂഴ്ന്നുവന്ന അമ്മയും അന്നുപറഞ്ഞു.

"നീ ഒരുകാലത്തും ഗുണം പിടിക്കില്ലെടാ"

അന്നു വീട്ടുപട്ടിണിയായി.

എനിയ്ക്കന്ന് ഉറക്കം വന്നതേയില്ല.

രാത്രി മുഴുവൻ ഞാനവന്റെ വരവും കാത്തിരുന്നു. എന്റെ ജന്മശത്രുവിന്റെ - .. ജീവിതത്തിലാദ്യമായി എന്നെ ഒറ്റപ്പെടുത്തി ചതിച്ചത് അവനായിരുന്നു. എന്റെ മറുപാതി.

അയാളുടെ ഓർമ്മകൾ പിന്നെയും പിറകോട്ടുപോയി. മൂത്ത പണിക്കത്തി പറഞ്ഞ കഥയാണ്

ആകാശം ചോർന്നൊലിക്കുന്ന ഒരു കർക്കിടകരാവ്. നനഞ്ഞു വിറച്ച് ഒതുക്കുകല്ലുകയറിവരുന്ന ചാച്ചൻ. പിന്നിലായ് പേറെടുക്കാൻ വന്ന മൂത്ത പണിക്കത്തി.

അകമുറിയിൽ ചാണകം മെഴുകിയ തറയിൽ ഇടിമിന്നലും നിലവിളിയും കെട്ടുപിണഞ്ഞു.

പണിക്കത്തി വയറുകണ്ടു.

"ഇത് ഒന്നല്ല; രണ്ടാ, തള്ളേ വേണോ? പിള്ളേ വേണോ?"

ചാച്ചൻ എന്തോ പറയാൻ വന്നത് അമ്മയുടെ നിലവിളിയിൽ മുങ്ങിപ്പോയി.

പണിക്കത്തി പെടാപ്പാടുപെട്ടു. ഒടുവിൽ തള്ളയ്ക്കു കേടില്ലാതെ രണ്ടിനേയും പുറത്തെടുത്തു.

പക്ഷേ, തെളിവാനം കാണും മുന്നേ, ഒന്നു കരയുകപോലും ചെയ്യാതെ അവൻ പോയി.

കല്ലുവെട്ടാം കുഴിയ്ക്കപ്പുറത്തുള്ള വെട്ടിമരത്തിന്റെ ചുവട്ടിലാണ് അവ

നെയും മറുപിള്ളയേയും കുഴിച്ചിട്ടതെന്ന് പിന്നീട് മൂത്തപണിക്കത്തി കാണിച്ചും പറഞ്ഞും തന്നിട്ടുണ്ട്.

അന്നുരാത്രിതന്നെ അനർഥങ്ങൾ സംഭവിച്ചു.

പെരുമഴയുടെ കുത്തൊഴുക്കിൽ അടുക്കളയുടെ മൺഭിത്തി ഇടിഞ്ഞു. മണ്ണെണ്ണ വിളക്കു മറിഞ്ഞ് അമ്മ കിടന്ന തഴപ്പായ കത്തി.

ഒരു കുറ്റിച്ചൂളാൻ കൂകിവിളിച്ച് വീടിന് ഏഴുവലം വച്ച് തെക്കോട്ടുപറന്നു.

മന്ത്രവാദിയായ മൂഴിക്കാട്ടമ്മാവൻ ലക്ഷണം നോക്കിപ്പറഞ്ഞു. ഇവന്റെ തല കണ്ടതോടെ ഈ കുടുംബം മുടിയും. കാലുള്ളനക്ഷത്രമാ ആദ്യം അമ്മാവൻ പിന്നെ അമ്മ, പിതാവ്. അങ്ങനെ ഒന്നൊന്നായി കാലനെടുക്കും.

പറഞ്ഞതിന്റെ നാലാംനാൾ ഏണിവച്ച് സ്ലോട്ടർ വെട്ടാൻ കയറിയ അമ്മാവന്റെ തലയ്ക്കുമുകളിൽ ഒരു പല്ലിചിലച്ചു. നേരിയ ഒരു നെഞ്ചുവേദന തോന്നിയ അമ്മാവൻ വീട്ടിൽ തിരിച്ചെത്തി. അമ്മായി ഒരു കോപ്പ ചൂടുള്ള കട്ടൻ ചായ കൊടുത്തു, മുഴുവൻ കുടിച്ചു തീരും മുമ്പേ കണ്ണുകൾ മേലോട്ടുമറിഞ്ഞു.

അമ്മായി അനാഥയായി.

അന്നുമുതൽ ഞാൻ ഭ്രഷ്ടനായി.

എന്റെ എല്ലാദുരന്തത്തിനും കാരണം അവനാണ്, അവനെപ്പോഴും എന്റെ പിന്നാലെ ഉണ്ട് എന്റെ വഴിമുടക്കി.

രാത്രികാലങ്ങളിൽ ഞാൻ കല്ലുവെട്ടാം കുഴിയിൽ ഒറ്റയ്ക്കുചെന്ന് അവനെ ചീത്തവിളിക്കും.

അപ്പോഴൊക്കെ 'വെട്ടിച്ചുട്... കൊത്തിക്കുടി'

എന്നൊരു അശരീരി കരിങ്കല്ലിൽ തട്ടി പ്രതിധ്വനിക്കും അപ്പോൾ കാട്ടുപൊന്തകളിൽ തീപിടിക്കുന്നതുകാണാം. പിറ്റേന്ന് കല്ലുവെട്ടാം കുഴിയിൽ കരിഞ്ഞ പച്ചിലക്കാട്ടുകളും ഉണങ്ങിയ രക്തത്തുള്ളികളും കണ്ടവരുണ്ടത്രേ.

ഒടുവിൽ എനിക്കു വീടുവിട്ടിറങ്ങേണ്ടിവന്നു. നാടലഞ്ഞു. ഇരന്ന് ജീവിച്ചു. ഉരഗങ്ങളെപ്പോലെ മണ്ണിലിഴഞ്ഞു. മറ്റുള്ളവരുടെ കാലടികൾക്കുള്ളിൽ ചവുട്ടി മെതിക്കപ്പെട്ടു. വേണ്ടപ്പെട്ടവരെല്ലാം തള്ളിപ്പറഞ്ഞു. ഉപേക്ഷിച്ചു..

സങ്കടങ്ങളുടെ നരകാഗ്നിയിൽ വേവുമ്പോഴും അവനോടുള്ള പകയായിരുന്നു ഉള്ളിൽ.

'വേദനകളെല്ലാം എനിക്കു തന്ന് മോക്ഷം തേടിപ്പോയ എന്റെ മറുപാതിക്ക്'

എന്ന് 'ചില്ലക്ഷരങ്ങൾ' ഞാൻ സമർപ്പിച്ചിട്ടുള്ളത് അവനാണ്.

പക്ഷേ, ഒരു തവണപോലും എനിയ്ക്കവനെ ജയിക്കാൻ കഴിഞ്ഞില്ല. അവനെന്നെ നിരന്തരം തോൽപ്പിച്ചുകൊണ്ടേയിരുന്നു.

മാലിനീ, നിനക്കറിയുമോ? എന്റെ പരാജയങ്ങളെ ആഘോഷമാക്കിയവർക്കറിയില്ല - എന്റെ ഉള്ളിന്റെ ഉള്ളിൽ അനുഭവങ്ങൾ തകർത്തെറിഞ്ഞ ഒരു പാവം മനുഷ്യനുണ്ടെന്ന്.

ഞാൻ കുടിച്ചകണ്ണീരിന്റെ ലഹരി
ലോകത്തെ ഒരു മദ്യത്തിനും നൽകാനാവില്ല.
അനർഹമായതൊന്നും ഞാൻ മോഹിച്ചിട്ടില്ല,
ഒരു കടൽക്കരയിലെ മൺതരിയിലും ഞാനെന്റെ പേരെഴുതിയിട്ടിട്ടില്ല.

ആകാശത്ത് നക്ഷത്രങ്ങൾ പൂത്തുനിൽക്കുമ്പോൾ കൈക്കുമ്പിളിൽ മുഖം ചേർത്ത് കണ്ണീരിന്റെ മഴനനയുകയായിരുന്നു ഞാൻ.

അവന്റെ സ്വരമിടറുകയും
കണ്ണുകലങ്ങുകയും ചെയ്തപ്പോൾ
അവളിടപെട്ടു.
'നീ എന്തിനാ ഇപ്പോഴിതൊക്കെ
ഓർമ്മിക്കുന്നത്? വാ ഞാനത്താഴമെടുത്തു വയ്ക്കാം.'

അത്താഴം പിന്നീടുമതി. ഇപ്പോൾ നീ എന്റെ അടുത്തൊന്നിരിക്കുക. എനിയ്ക്കിപ്പോൾ ഇരുട്ടും വെളിച്ചവും ഒരു പോലെയാണ് മാലിനീ, രണ്ടിനേയും ഭയമാണ്.

മാലിനി അയാളെ ചേർത്തുപിടിച്ചു.
അയാളുടെ ശരീരം
ഓർമ്മകളുടെ ചൂടേറ്റ്
പൊള്ളിപ്പനിക്കുന്നുണ്ടായിരുന്നു.

3

കാൽപ്പന്തുകൾ

അത്താഴത്തിനുമുൻപ് അയാൾ രണ്ട്പെഗ്ഗ് റെഡ് വൈൻ കൂടി അവളോടിരന്നു വാങ്ങി. ആദ്യം ഒന്നു മടിച്ചെങ്കിലും അയാളുടെ നിർബന്ധത്തിനുമുന്നിൽ പിന്നെയും തോറ്റുകൊടുത്തു.

"വെറുതെയല്ല; മറ്റുള്ളവർ ഓരോന്നു പറയുന്നത്,അവൾ പിറുപിറുത്തു."

"എന്റെ ജീവിതത്തിനു ജഡ്ജ്മെന്റ് തയ്യാറാക്കാൻ ഞാനാരേയും ചുമതലപ്പെടുത്തിയിട്ടില്ല മാലൂ. ഇതെന്റെ വാശിയല്ല ഒരാശ്വാസമാണ്. ഇതുകൂടി ഇല്ലായിരുന്നുവെങ്കിൽ ഞാനെന്നേ ഭ്രാന്താശുപത്രിയിലടയ്ക്കപ്പെട്ടേനേ.അതു പറഞ്ഞാൽ ആർക്കും മനസ്സിലാവില്ല.ഓരോരോ കാരണങ്ങൾ കണ്ടെത്തി ജീവിതം ധൂർത്തടിച്ചെന്നൊക്കെ ആക്ഷേപിക്കുന്നവരുണ്ട്, ആരേയും ആത്മകഥയെഴുതി ബോധ്യപ്പെടുത്താൻ എനിയ്ക്കാവില്ല"

"സങ്കടം കൊണ്ടുപറഞ്ഞുപോയതാ"

അവൾ ആശ്വസിപ്പിക്കാൻ ശ്രമിച്ചു.

"വേണ്ട മുറിപ്പെടുത്തുന്നവരെല്ലാം ഒടുവിൽ പറഞ്ഞൊഴിയുന്നൊരു ന്യായീകരണമാണത്. എല്ലാവരും ആഗ്രഹിക്കുംപോലെ അലക്കിത്തേച്ച് അണിഞ്ഞൊരുങ്ങിയിറങ്ങിയ ഒരു ജീവിതമായിരുന്നില്ല എന്റേത്. ഒരാൾ എങ്ങനെ ജീവിക്കണം എന്നുള്ളത് അയാളുടെ മാത്രം തീരുമാനമാണ്. അതിൽ ഇടപെടാൻ നമുക്കധികാരമില്ല എന്നു പറഞ്ഞത് ഓഷോ അല്ലേ?"

"ആ എനിയ്ക്കറിയില്ല, ഞാൻ പറഞ്ഞത് ഈ ജീവിതത്തെ ഇത്രയും തീവ്രമായി പ്രണയിച്ചിട്ട് നീ..ഒടുവിൽ..."

"മാലൂ നമുക്കീ വർത്തമാനം ഇവിടെ അവസാനിപ്പിക്കാം."

അയാൾ അസ്വസ്ഥനായി

"അതാ ശരി. ഒരുപാട് യാത്രചെയ്ത് വന്നതല്ലേ?ഇനി കിടക്കാം."

അവൾ അകത്ത് പോയി ബെഡ്റൂം ശരിയാക്കി കിടക്കയിലെ ഷീറ്റ്

മാറ്റി വിരിച്ചു. അലമാരയിൽ അലക്കിവച്ച പുതപ്പെടുത്തു. കുടിക്കാൻ ഫ്ലാസ്കിൽ ചൂടുവെള്ളവും ഗ്ലാസ്സും എടുത്തുവച്ചു.

അപ്പോഴേക്കും കാറ്റെടുത്ത പായ്മരംപോലെ അയാൾ കട്ടിലിലേക്ക് ചരിഞ്ഞു.

കട്ടിയുള്ള ഒരു പുതപ്പിനടിയിൽ അവളും അയാളോട് ചേർന്നുകിടന്നു.

മാലിനി ആ നിമിഷത്തിൽ മുഗ്ധമായ മറ്റൊരു രാത്രിയെ ഓർത്തെടുക്കാൻ ശ്രമിച്ചു.

ഓർമ്മകളെ ഇത്രവ്യക്തമായും കൃത്യമായും മനസ്സിൽ അടുക്കിപ്പെറുക്കി വച്ചിട്ടും എന്തുകൊണ്ടാണ് അയാൾ അതുമാത്രം വിട്ടുകളയുന്നതെന്ന് അവൾ അത്ഭുതപ്പെട്ടു.

വേർപാടിന്റെ ഇരുപതു വർഷം മുൻപത്തെ ആ രാത്രിയ്ക്കുശേഷം ഇതെത്രാമത്തെ കൂടിക്കാഴ്ചയാണ്. പക്ഷേ,ഒരിയ്ക്കൽപോലും. അവനതിനെക്കുറിച്ചു മാത്രം പറഞ്ഞില്ല.

അങ്ങനെ ഒരു സന്ദർഭം ഉണ്ടായിരുന്നെങ്കിൽ എന്റെ മനസ്സിന്റെ പൂട്ടു തുറന്ന് ഞാനെന്നെത്തന്നെ തുറന്ന് വച്ചേനേം, മനസ്സിനെ വീർപ്പുമുട്ടിച്ചുകൊല്ലുന്ന ആ രഹസ്യം തുറന്നുപറഞ്ഞ് ഞാൻ മോക്ഷം നേടിയേനേം.

ഇനി ഞാൻ പറയാതെതന്നെ അയാൾ അതു മനസ്സിലാക്കിയിട്ടുണ്ടാവുമോ? ഈ കൂടിക്കാഴ്ചയുടെ അനിർവാര്യതയെകുറിച്ച് സൂചിപ്പിച്ചത് അതാവുമോ?

അവളുടെ മനസ്സിലെ ആശങ്കകൾ പിടികൊടുക്കാതെ പാഞ്ഞു.

"എന്താ എന്നെ ഒഴിവാക്കി ഇത്ര വലിയ ഒരാലോചന?"

അവൾ പെട്ടെന്ന് പിടിക്കപ്പെട്ടതുപോലെ ഒന്നു വിളറി. പിന്നെ ഒന്നും സംഭവിക്കാത്തതുപോലെ പറഞ്ഞു.

"ഞാനെന്താ ഓർമ്മകളുടെ പുറന്തോടു പൊട്ടിച്ചുകളഞ്ഞ പൂമ്പാറ്റയോ? അത്ര നല്ലതൊന്നുമല്ലെങ്കിലും എനിക്കും ഓർക്കാനുണ്ട് ചിലതൊക്കെ."

"എന്നാപ്പറ,എനിക്കെന്തായാലും ഈ രാത്രി ഉറങ്ങാൻ കഴിയില്ല. നമുക്ക് എന്തെങ്കിലുമൊക്കെ മിണ്ടിപ്പറഞ്ഞ് ഇങ്ങനെ കിടക്കാം."

അയാൾ സന്തോഷിച്ചു.

"ഉറങ്ങാതിരിക്കാൻ ഇതെന്താ ആദ്യരാത്രിയാണോ?"

അവൾ പൂവിടരുംപോലെ ചിരിച്ചു.

"ഉം,അവസാന രാത്രിയുടെ ഓർമ്മകൾ മുള്ളു തറയ്ക്കുംപോലെ ഉള്ളിലുള്ളപ്പോൾ ഇത് ഒരാദ്യരാത്രിയായല്ലേ പറ്റൂ..." അയാൾക്കങ്ങനെ പറയാനാണു തോന്നിയത്.

അവളുടെ മനസ്സിൽ ഒരു ചെറുകാറ്റു വീശി. ചാഞ്ഞുപെയ്ത മഴത്തുള്ളികൾ അവളുടെ ഹൃദയത്തിലെ തളിരിലകളെ നനച്ചു. ഒരുപക്ഷേ, അയാൾ മനസ്സുതുറന്നാലോ?

പക്ഷേ, അവൾക്കുതെറ്റി. അയാളുടെ മനസ്സപ്പോൾ മറ്റൊരു ലോകത്ത് അലയുകയായിരുന്നു. ഇരുണ്ടതും ധൂമജടിലവുമായ ഒരു കാലത്തിന്റെ, വിസ്മൃതിയുടെ വീണ്ടെടുക്കപ്പെടാനാവാത്ത ലോകത്ത് മേയുകയായിരുന്നു

അയാളുടെ മനസ്സ്. ജൂനിയർ ഗരിഞ്ച എന്ന കാൽപ്പന്തു കളിക്കാരനെക്കുറിച്ചായിരുന്നു അവന്റെ മനസ്സപ്പോൾ ചിന്തിച്ചത്.

'ഇടുക്കിയിലെ ചെറുതോണിയിൽ നിന്നായിരുന്നു കറമ്പൻകുട്ടിയുടെ വരവ്. തനി നാടൻ മനുഷ്യൻ എന്നൊക്കെ പറയാറില്ലേ അതായിരുന്നു അവൻ. ഓരോ ക്ലാസ്സിലും ഒന്നിലധികം പഠിച്ച് ഇരുത്തം വന്ന പ്രായം. പറമ്പിൽ കിളപ്പണി ചെയ്ത് ദൃഢമായ പേശികൾ. അടിമാലിയിലെ ഒരു പാരലൽ കോളേജിലായിരുന്നു പ്രീ-ഡിഗ്രി പഠനം. ഡിഗ്രിപഠനത്തിനാണ് അവനീകോളേജിലെത്തുന്നത്. ആദ്യമൊക്കെ ഇത്തിരി ജാള്യതയും ഉൾഭയവുമൊക്കെ അവനുണ്ടായിരുന്നു. ക്ലാസ്സിൽ ഒറ്റപ്പെട്ടുപോയ അവനെ ഞാൻ കൂടെക്കൂട്ടി. ആ ആത്മവിശ്വാസത്തിൽ കറുമ്പൻകുട്ടി അടിമുടി മാറി. ആരെയും കൂസാത്ത അവന്റെ പ്രകൃതം എല്ലാവരിലും ഭയവും ബഹുമാനവും ജനിപ്പിച്ചു. ഏറ്റുമുട്ടാൻ വന്നവർക്കൊക്കെ കണക്കിന് കിട്ടി. കറമ്പൻകുട്ടി കൂടെയുള്ളത് എനിക്ക് എന്തെന്നില്ലാത്ത ഒരു സുരക്ഷിതത്വം നൽകി.

ക്രമേണ അവൻ ഫുട്ബോൾ കോർട്ടിലെ താരമായി. കാടിന്റെ കറുപ്പ്, മലയിറങ്ങിയ പൊന്തൻകാലുകൾ, ഉരുക്കുശരീരം. ബൂട്ടുകെട്ടാതെയാണ് അവൻ കളത്തിലിറങ്ങുക. അന്തരീക്ഷത്തിൽ പറന്നുയർന്ന് പിന്നോട്ട് മലക്കം മറിഞ്ഞ് പന്ത് തലയ്ക്കുമേലെ ഉയർത്തി പോസ്റ്റിലേക്ക് നിറയൊഴിക്കുന്ന കറമ്പൻകുട്ടിയുടെ പ്രകടനം കോളേജ്മൈതാനത്തെ ത്രസ്സിപ്പിച്ചു. തെന്നിത്തെറിച്ച് മലയിറങ്ങുന്ന ലാഘവത്തോടെ, കരിങ്കല്ലിൽ തട്ടി ചിതറിയൊഴുകുന്ന കാട്ടരുവിയുടെ സ്വാഭാവികതയോടെ അവൻ കളം നിറഞ്ഞാടി.

"കാൽപ്പന്തു കളിക്കണമെങ്കിൽ
ഗരിഞ്ചയെ കണ്ടുപഠിക്കണം"

ഫുട്ബോളായിരുന്നു അവന്റെ മതം. ഗരിഞ്ചയായിരുന്നു അവന്റെ ദൈവം. എല്ലാവരും പെലെയെ വാഴ്ത്തിപ്പാടിയപ്പോഴും അവൻ ഒരു ഗരിഞ്ച ആരാധകനായി തുടർന്നു. അങ്ങനെ കോളേജിൽ അവന് 'ജൂനിയർ ഗരിഞ്ച' എന്നൊരു വിളിപ്പേരും വീണു.

സമാനമായ ജീവിതസാഹചര്യങ്ങളായിരിക്കണം അവന് ഗരിഞ്ചയോട് ഇഷ്ടം തോന്നാൻ കാരണം അവനാകഥ പറഞ്ഞിട്ടുണ്ട്.

"ഒരു ബ്രിട്ടീഷ് കോളനിയിലായിരുന്നു ഗരിഞ്ചയുടെ ജനനം. പതിനാലാമത്തെ വയസ്സിൽ അവിടെയുള്ള ഫാക്ടറിയിൽ തൊഴിലാളിയായ് തുടങ്ങി. ദാരിദ്ര്യവും അടിച്ചമർത്തലുമായിരുന്നു ഗരിഞ്ചയുടെ കൗമാരം. എഴുതാനും വായിക്കാനുമറിയില്ല. എന്തിന് ക്ലബ്ബ് ഫുട്ബോളിൽ ചേരുമ്പോൾ ബൂട്ടുകെട്ടാൻപോലും ഗരിഞ്ചയ്ക്കറിയുമായിരുന്നില്ല.

ആ ഗരിഞ്ച പിന്നീട് ലോകത്തെ മുഴുവൻ തന്റെ കാൽപ്പന്തിലേയ്ക്കാകർഷിച്ചു. ലോകം മുഴുവൻ ആരാധകരെ കൊണ്ടു നിറഞ്ഞു. ഫലമോ അനിവാര്യമായ ദുരന്തം ഗരിഞ്ചയെ വേട്ടയാടി. മദ്യത്തിനും മയക്കമരുന്നിനും സ്ത്രീകൾക്കുമിടയിൽ ആ ജീവിതം ആടിയുലഞ്ഞു. ഒരു പക്ഷേ, തന്റെ ദുരിതകാലത്തോടുള്ള പ്രതിഷേധം മുഴുവൻ സ്വയം എരിഞ്ഞടങ്ങി പ്രകടിപ്പിച്ചതാവാം ഗരിഞ്ച.

ഇന്ന് ഡിയോജനീറോയിലെ അധികമാരും അറിയാത്ത ഒരു സെമിത്തേരിയിൽ 'ജനങ്ങളുടെ ആനന്ദമായിരുന്ന മാനെഗരിഞ്ച ഇവിടെ അന്ത്യവിശ്രമം കൊള്ളുന്നു'എന്ന് എഴുതിവെച്ചിട്ടുണ്ട്, ശവകുടീരത്തിൽ."

ഗരിഞ്ചയുടെ ജീവിതം പറയുമ്പോൾ പലപ്പോഴും നിയന്ത്രണം വിട്ട് പൊട്ടിക്കരയാറുണ്ട് കറമ്പൻകുട്ടി. അവൻ എന്നും അങ്ങനെയായിരുന്നു. ചെറിയകാര്യം മതി ക്ഷോഭിക്കാനും കലഹിക്കാനും പൊട്ടിത്തെറിക്കാനുമൊക്കെ. അതുപോലെതന്നെ സ്നേഹിച്ചാൽ ഹൃദയം പറിച്ചുതരുന്ന പ്രകൃതം.

"അങ്ങനെയാണ് അവനന്ന് നമ്മുടെ വിഷയത്തിൽ ഭാഗഭാക്കാകുന്നത്."

അയാൾ മനസ്സു തുറന്നു;

"മുംബെയിൽ നിന്നും നിന്റെ പപ്പയും മമ്മിയും എത്തിയിട്ടുണ്ടെന്നറിഞ്ഞപ്പോൾ എന്റെ ഉള്ളു പിടഞ്ഞു. അവിടെ നടക്കുന്ന കാര്യങ്ങൾ അപ്പപ്പോൾ എനിക്ക് ചോർത്തിത്തന്നിരുന്നത് നിന്റെ കൊച്ചച്ചനായ കൊച്ചുഗോവിന്ദനായിരുന്നു. നമ്മുടെ ഇഷ്ടങ്ങൾ അറിയാവുന്ന മനുഷ്യപ്പറ്റുള്ള ഒരാളായിരുന്നു കൊച്ചുഗോവിന്ദൻ. ഒപ്പം അയാളുടെ ഭാര്യ സാവിത്രിക്കുഞ്ഞമ്മയും."

നീ അച്ഛനമ്മമാരുടെ വിചാരണയ്ക്കൊടുവിൽ കുറ്റങ്ങൾ ഏറ്റുപറഞ്ഞു
ഇനി, ആവർത്തിക്കില്ലെന്നു വാക്കുകൊടുത്തു
കൊണ്ടുപോകരുതേ എന്നുകേണപേക്ഷിച്ചു
പക്ഷേ, കടുംപിടുത്തക്കാരനായ നിന്റെ പപ്പ കേട്ടില്ല
"ഇനിയുള്ള പഠിപ്പൊക്കെ അവിടെ മതി"
നിന്റെ അമ്മ തീർത്തു പറഞ്ഞു.

അങ്ങനെ, മറ്റു മാർഗ്ഗങ്ങളെല്ലാം അടഞ്ഞപ്പോൾ ഞാനെന്റെ മനസ്സ് ജൂനിയർ ഗരിഞ്ചക്കുമുന്നിൽ തുറന്നുവച്ചു.

എതിരാളികളെ ഡ്രിബിൾ ചെയ്തു മുന്നേറി എതിർപോസ്റ്റിൽ അനായാസം ഗോളടിച്ചുകയറ്റുന്ന ലാഘവത്തോടെ അവൻ ചോദിച്ചു.

"നിനക്കിപ്പം എന്താവേണ്ടത്?"

"എനിയ്ക്കവളെ ഒന്നു കാണണം."

"അത്രേ ഉള്ളൂ, നീ സമാധാനമായിട്ടിരിക്ക്
വഴിയുണ്ടാക്കാം." ജൂനിയർ ഗരിഞ്ച അവനെ സമാധാനിപ്പിച്ചു.

"അവന്റെ വാക്കുകൾ എനിക്കുവല്ലാത്തൊരു ബലം നൽകി. അവിടെ നടക്കുന്ന കാര്യങ്ങൾ കൊച്ചു ഗോവിന്ദനിലൂടെയാണ് അറിയുന്നതെന്നു പറഞ്ഞപ്പോൾ ഗരിഞ്ചയുടെ ഉള്ളിൽ ഒരു പെനാൽറ്റികിക്കിനുള്ളതന്ത്രം രൂപപ്പെട്ടു.

അവന്റെ നിർദ്ദേശപ്രകാരം അന്നുതന്നെ കൊച്ചുഗോവിന്ദനെ വരുത്തി. 'ഡിഗ്രിപഠനം തുടങ്ങിയിട്ടേ ഉള്ളൂ. എങ്ങനെയും കുറച്ചുനാൾകൂടി പിടിച്ചുനിൽക്കാൻ അവളോടു പറയണം. അതിനുള്ള ധൈര്യം കൊടുക്കണം. ഗോവിന്ദേട്ടൻ അതിനുള്ളവഴികണ്ടെത്തണം.' ആവശ്യം പറഞ്ഞു.

"അവൾ വീട്ടുതടങ്കലിലാണ്. കാണുക അസാധ്യം."

കൊച്ചുഗോവിന്ദൻ ആദ്യം കൈയൊഴിയാൻ നോക്കി. അപ്പോഴേക്കും കറമ്പൻകുട്ടി ഹൈറേഞ്ചിൽനിന്നും കൊണ്ടുവന്ന 'നെല്ലും വെള്ളം'എന്ന സ്പെഷ്യൽ വാറ്റും ഉണക്കിയ കാട്ടിറച്ചിയും കൊച്ചുഗോവിന്ദനുമുന്നിൽ നിരന്നു.

ഒടുവിൽ കൊച്ചുഗോവിന്ദൻ തന്നെ ഒരുപായം കണ്ടെത്തി. 'മാലിനിയുടെ ദേഹത്ത് കൂടിയ ഗന്ധർവ്വനെ ഒഴിപ്പിക്കാൻ മുംബൈയ്ക്ക് പോകുംമുമ്പ് ഒരു ആഭിചാരക്രിയ നടത്തണമെന്ന് മുത്തശ്ശിയ്ക്കു നിർബന്ധം. അതിനു മന്ത്രവാദിയെ വിളിക്കാൻ കൊച്ചുഗോവിന്ദനെയാണ് ചുമതലപ്പെടുത്തിയിരിക്കുന്നത്. കൊച്ചുഗോവിന്ദൻ കൊണ്ടുവരുന്ന മന്ത്രവാദിയെ സ്വാധീനിക്കാൻ കഴിഞ്ഞാൽ മാലിനിയെ എങ്ങനെയെങ്കിലും പുറത്തെത്തിക്കാൻ പറ്റും.' അതായിരുന്നു അയാൾ കണ്ടെത്തിയ പോംവഴി.

'പക്ഷേ, മന്ത്രവാദി വഴങ്ങുമോ' അതായി പിന്നെ എല്ലാവരുടേയും ആശങ്ക.

ഒടുവിൽ കറമ്പൻകുട്ടിതന്നെ അതിനൊരു മറുമരുന്ന് കണ്ടുപിടിച്ചു "മന്ത്രവാദിയാകാൻ ഞാൻ റെഡി. തറവാട്ടിലാർക്കും എന്നെ അറിയില്ലല്ലോ?"

"അതിനു നിനക്കു മന്ത്രവാദമറിയുമോ?"

കൊച്ചുഗോവിന്ദനു ദേഷ്യംവന്നു.

കറമ്പൻകുട്ടി, ഒരു വെട്ടുഗ്ലാസ്സ് നിറച്ച് ചാരായമൊഴിച്ച് തൊണ്ടതൊടാതെ വിഴുങ്ങി. തോർത്തെടുത്ത് അരയിൽകെട്ടി.

"ദിക്കു തെളിയണേ.....

ദേശം തെളിയണേ.....

ദേശത്താലെന്റെ

ഈശ്വരന്മാർ തെളിയണേ....."

കറമ്പൻകുട്ടി എണീറ്റുനിന്ന് പൂക്കുലപോലെ ഉറഞ്ഞുതുള്ളി എന്തൊക്കെയോ മന്ത്രങ്ങൾ ചൊല്ലി. വാപൊളിച്ചിരുന്നുപോയ കൊച്ചുഗോവിന്ദൻ അവനു കൈകൊടുത്തു.

"ഇതു മതി, ധാരാളം. നീയാകുമ്പം

ഒരു ദുർമന്ത്രവാദീടെലക്ഷണവും ഉണ്ട്."

കൊച്ചുഗോവിന്ദന് ലഹരിപിടിച്ചു.

കറമ്പൻകുട്ടിക്ക് ആ പറഞ്ഞത് അത്ര രസിച്ചില്ലെങ്കിലും സന്ദർഭത്തിന്റെ ഗൗരവമോർത്താവണം അവനടങ്ങി.

അങ്ങനെ കറമ്പൻകുട്ടിയെന്ന ജൂനിയർ ഗരിഞ്ച ദുർമന്ത്രവാദിയായി വേഷംമാറി തെക്കേത്തറവാട്ടിന്റെ ഉമ്മറത്ത് മന്ത്രവാദക്കളം വരച്ചു.

തെക്കും തലമുത്തിയെ മനസ്സിൽ ധ്യാനിച്ച് നിലവിളക്കിൽ തിരിയിട്ടു.

അവലും മലരും എള്ളുംപൂവും

നേന്ത്രപ്പഴവും കളത്തിൽ നിരന്നു.

തെള്ളിപ്പൊടിയുടെ പുകയിലും ചന്ദനത്തിരിയുടെ ഗന്ധത്തിലും അന്ത

രീക്ഷം നിറഞ്ഞു, ആഭിചാരക്കളമൊരുങ്ങി.

നിലവിളക്കിനടുത്ത് ചമ്രംപടഞ്ഞിരുന്നുകൊണ്ട് മന്ത്രവാദി മൂന്ന് വെറ്റിലയും മൂന്ന് പഴുക്കയുമെടുത്ത് കളത്തിനു നടുക്കുവച്ചു.

മന്ത്രം ജപിച്ചുകൊണ്ട് പൂക്കൾ നാലുപാട്ടും വാരി എറിഞ്ഞു.

പിന്നെ അവരുടെ പ്രണയത്തിനു ഏറ്റവും എതിരു നിൽക്കുന്ന മാർത്താണ്ഡനമ്മാവനെ വിളിച്ച് സംശയമുള്ളയാളെ മനസ്സിൽ ധ്യാനിച്ച് ഏതെങ്കിലും ഒരു വെറ്റിലയിലെ പഴുക്ക എടുക്കാൻ പറഞ്ഞു.

മാർത്താണ്ഡൻ അയാളെ മനസ്സിൽ വിചാരിച്ച് നടുക്കത്തെ വെറ്റിലയിലിരുന്ന പഴുക്ക എടുത്ത് മന്ത്രവാദിക്കുനൽകി.

പഴുക്ക കയ്യിൽ വാങ്ങിയതും മാർത്താണ്ഡന്റെ കരണത്ത് മന്ത്രവാദിയുടെ അടി പൊട്ടിയതും ഒരുമിച്ചായിരുന്നു.

മന്ത്രവാദി വിറകൊണ്ടു.

"ഉം......മുത്തിയെ പരീക്ഷിക്കുന്നോ?

നീ നിനച്ചത് ഒരു ഇത്തിമരമായിരുന്നു

പോ എന്റെ മുന്നീന്ന്."

മാർത്താണ്ഡൻ ചമ്മലോടെ ഉള്ളിലേക്കുവലിഞ്ഞു.

അതേക്കുറിച്ച് പിന്നീട് ചോദിച്ചപ്പോൾ കറമ്പൻകുട്ടി പറഞ്ഞത് ഇങ്ങനെ.

"ഇടത്തും വലത്തും ഇരുന്ന പഴുക്കകൾ ഒന്ന് മുണ്ടക്കയത്തെ കല്ലേപ്പാലവും മറ്റത് കാഞ്ഞിരപ്പള്ളിയിലെ ഇരുമ്പുപാലവുമായിരുന്നു. പക്ഷേ ആ തെണ്ടിയെടുത്തത് നിന്റെ പേരുള്ള നടുക്കത്തെ പഴുക്കതന്നെ. കലിവന്നു, പിന്നെങ്ങനെ പൊട്ടിക്കാതിരിക്കും."

കഥ കേട്ട മാലിനിക്കും ചിരിയ്ക്കാതിരിയ്ക്കാനായില്ല. ബാക്കികഥ മാലിനിപറഞ്ഞു.

"സാവിത്രിക്കുഞ്ഞമ്മ കാര്യങ്ങളെല്ലാം എന്നോട് പറഞ്ഞിരുന്നു. പക്ഷേ, എനിക്കത്ര വിശ്വാസമില്ലായിരുന്നു. എങ്ങാനും പിടിക്കപ്പെട്ടാലോ എന്നായിരുന്നു ഭയം. എന്തുവന്നാലും പിരിയുന്നതിനുമുമ്പ് അവസാനമായിട്ടെങ്കിലും ഒന്നു കാണാം എന്ന് ഞാനും വിചാരിച്ചിരുന്നു."

"കറമ്പൻകുട്ടി ദൗത്യം ഏറ്റെടുത്തതായിരുന്നു എന്റെ ആത്മവിശ്വാസം. എന്തു വന്നാലും അവൻ നമ്മളെ രക്ഷിക്കും എന്നെനിക്കുറപ്പുണ്ടായിരുന്നു. പുറപ്പെടുംമുമ്പ് ഇരുതലമൂർച്ചയുള്ള ഒരു കത്തി അവൻ മടിയിൽ തിരുകുന്നത് ഞാൻ കണ്ടിരുന്നു."

എന്തായാലും കറമ്പൻകുട്ടിയുടെ ആഭിചാരക്രിയകൾ ഫലം കണ്ടു.

മാടനും മറുതയും വിളിപ്പുറത്തെത്തി.

മന്ത്രവാദി കളത്തിൽ ഉറഞ്ഞുതുള്ളി

പുരയ്ക്കുചുറ്റും വലംവച്ചു.

ഓട്ടത്തിനിടയിൽ അടുക്കളപ്പുറത്ത് ഒളിഞ്ഞിരുന്ന

എന്റെ കയ്യിൽ ഒരു വാക്കത്തി വച്ചുതന്നു.

"തെക്കും തല മുത്ത്യേ......അടയാളം കാട്ടണേ"

എന്നാലറിവിളിച്ച് വീടിന് മൂന്നു വലംവച്ച്
മുറ്റത്തെത്തിയപ്പോൾ ഞാൻ പിന്നാമ്പുറത്ത്
കുലച്ചുനിന്നിരുന്ന ഒരു വാഴവെട്ടി.
ഇടിവെട്ടേറ്റപോലെ അതു നിലം പൊത്തി.
"കണ്ടോ മുത്തി അടയാളം കാണിച്ചിരിക്കുന്നു
ഹിയാ.....!ഹോയ്.....!!
സ്ത്രീകൾ പുറത്തിറങ്ങരുത്
പുരുഷന്മാർ തൊട്ടുരിയാടരുത്"
മന്ത്രവാദി പിച്ചുംപേയും പറയുമ്പോലെ പലതും
പുലമ്പിക്കൊണ്ടിരുന്നു.
സ്ത്രീകൾ
അറപ്പുരയിലേക്കു വലിഞ്ഞു.
പുരുഷന്മാർ കളത്തിനുചുറ്റും കൈകോർത്തുനിന്നു.

മന്ത്രവാദി പിന്നെയും വീടിനുവലംവച്ചു. ഇത്തവണ നെല്ലിൻവെള്ളത്തിന്റെ കുപ്പി കാലിയാക്കി തിരിച്ചുതന്നു.

"സമയമായിരിക്കുന്നു.....!
സമയമായിരിക്കുന്നു......!!"
കറമ്പൻകുട്ടി മാലിനിയ്ക്കുള്ള സിഗ്നൽ കൊടുത്തു.
അടുക്കളവാതിൽ ഒച്ചയുണ്ടാക്കാതെ തുറന്നടഞ്ഞു.
സാവിത്രിക്കുഞ്ഞമ്മ മാത്രമേ
അതു കണ്ടുള്ളൂ.

4

ചില്ലക്ഷരങ്ങൾ

മാലിനി ചാഞ്ഞുകിടന്ന വാഴക്കൈയ്യുകളെ വകഞ്ഞു മാറ്റി ഇലഞ്ഞിമരച്ചുവട്ടിലേയ്ക്കു നടന്നു. നേർത്ത നിലാവിന്റെ കുളിർമ്മയുള്ള ഒരു രാത്രിയായിരുന്നു അത്. വസന്തകാലത്തെ വരവേൽക്കാൻ എന്നവണ്ണം മഞ്ഞ മന്ദാരങ്ങൾ പൂവിട്ടുനിൽക്കുന്നു. പാമ്പുകൾ ഇണചേരുന്ന രാത്രിയിലെന്നപോലെ ചുറ്റും കൈതപ്പൂവിന്റെ ഗന്ധം. ആകാശത്ത് നക്ഷത്രങ്ങൾ പൂത്തുനിൽക്കും പോലെ വാഴക്കൈകളിലും ചീരത്തണ്ടിലുമൊക്കെ മിന്നാമിനുങ്ങുകൾ മങ്ങിയും തെളിഞ്ഞും പ്രകാശം പരത്തുന്നു.

ഇരുൾ മറയ്ക്കപ്പുറത്തു നിന്നും അവൾക്കു മുന്നിലേയ്ക്കു പെട്ടെന്ന് കയറി വന്ന അയാളെ കണ്ടപ്പോൾ അവൾ ആദ്യമൊന്നു പതറി. പിന്നെ അവനിലേയ്ക്ക് ഓടിയടുത്തു.

അയാളവളെ നെഞ്ചിലേയ്ക്കു ചേർത്തു പിടിച്ചു. കുറച്ചുദിവസങ്ങളായി അനുഭവിക്കുന്ന ആത്മസംഘർഷങ്ങളുടെ കുത്തൊഴുക്ക് അവളുടെ കൺകോണുകളിൽ നിന്നും കരകവിഞ്ഞൊഴുകി.

അയാൾ ഇലഞ്ഞിമരച്ചുവട്ടിലെ പൂക്കൾ വിരിച്ചമെത്തയിലേയ്ക്ക് അവളെ ആനയിച്ചു. അവിടെ അവളുടെ മടിയിൽ തലവച്ചുകിടന്നുകൊണ്ട് ഇരുട്ടിലും തിളങ്ങുന്ന അവളുടെ കണ്ണുകളിൽ ചുംബിച്ചു.

അവൾ ചോദിച്ചു:

"ഇനി എന്നാകാണുക?"

അയാൾ പറഞ്ഞു.

"ആ.. അറിയില്ല"

"നിനക്കെന്നെ കാണാതിരിക്കാൻ പറ്റ്വോ?"

അവൾ പിന്നെയും ചോദിച്ചു.

"പറ്റുമായിരിക്കും, ആകാശത്ത് നക്ഷത്രങ്ങളും

ഭൂമിയിൽ പൂക്കളും ഇല്ലാതാവുന്നകാലത്ത്.
നിനക്കോ?" അയാളുടെ ചോദ്യത്തിന്
അവൾ ഉത്തരം ഒന്നും പറഞ്ഞില്ല, പകരം
നെഞ്ചിലെ പിടച്ചിലുകളെ അമർത്താൻ
പാടുപെട്ടു.
"നീ എന്താ ഒന്നും പറയാത്തെ?"
അയാൾ അക്ഷമനായി,
"എനിക്കു കരച്ചിൽ വരുന്നു."
അവൾ ഇടർച്ചയോടെ മന്ത്രിച്ചു.
"ഇങ്ങനെയൊക്കെ സംഭവിക്കും
എന്ന് നീവിചാരിച്ചിരുന്നോ?"
അയാൾക്കും സങ്കടം വന്നു
"ഞാൻ ഒന്നേ വിചാരിച്ചിട്ടുള്ളൂ.
എന്നും ഞാൻ നിന്റേതായിരിക്കണമെന്ന്"
'ഞാനും...'
പക്ഷേ, അവരൊക്കെക്കൂടി നമ്മെ പറഞ്ഞു പറ്റിക്കുകയായിരുന്നില്ലേ?
ഒരു നിമിഷം കൊണ്ട് എന്തെല്ലാം മതിലുകളാണ്
നമുക്കു ചുറ്റും ഉയർന്നത്.
എന്തുകൊണ്ട് അവർക്കു നമ്മുടെ സ്നേഹം
തിരിച്ചറിയാൻ പറ്റിയില്ല."
അവൾക്കുസങ്കടം സഹിക്കാൻ കഴിഞ്ഞില്ല.
"അവർ മതിലുകൾക്കകത്തായിരുന്നല്ലോ, നമ്മൾ പുറത്തും."
"എനിയ്ക്കു നിന്നെ പിരിഞ്ഞിരിയ്ക്കാൻ വയ്യ."
"പിരിഞ്ഞേ പറ്റൂ, പിരിഞ്ഞിരിക്കുമ്പോൾ
ഒരുപക്ഷേ സ്നേഹത്തിന്റെ ആഴം കൂടിയേക്കും."
അയാളവളെ ധൈര്യപ്പെടുത്തി.
"എനിയ്ക്കുവയ്യ..." അവൾ തേങ്ങിപ്പോയി,
കരയരുത് മാലൂ... നീ നോക്കൂ, ഈ പ്രപഞ്ചം
ഇത്ര പ്രസന്നമായിരിക്കുന്നത് നമുക്ക് വേണ്ടിയാണ്.
കാപ്പിപ്പൂവിന്റെ സുഗന്ധം പരക്കുന്നതും
കൈതക്കാട്ടിൽ പാമ്പുകൾ പടമുരിയുന്നതും
പരസ്പരം ചുറ്റിപ്പിണയുന്നതും നീ കാണുന്നില്ലേ?"
"എനിയ്ക്കൊന്നുമറിയില്ല.
എന്റെ ശരീരം വല്ലാതെ തളരുന്നു."
അവൾ അവന്റെ നെഞ്ചിലേക്കു ചാഞ്ഞു.
"നീവല്ലാതെ വിയർത്തിരിക്കുന്നു മാലൂ..."
അയാളവളുടെ മുഖം തന്നിലേയ്ക്കു ചേർത്തു.
പഴുത്ത പേരയ്ക്കായുടെ മണമുള്ള ചുണ്ടിൽ ഉമ്മവച്ചു.

ക്ഷീരപഥങ്ങളിലെങ്ങോനിന്ന് അനാദിയായ
ഒരു കാറ്റുമുളപൊട്ടി. അനന്തമായ കാലത്തിലൂടെ സഞ്ചരിച്ച്
അത് ശിഖരങ്ങളിൽ നിന്നും ശിഖരങ്ങളിലേയ്ക്ക് പടർന്നുകയറി.
അവളുടെ ശരീരം പൊട്ടിത്തരിച്ചു.
അവളുടെ കണ്ണുകൾ കൂമ്പിയടഞ്ഞു.
ഷഡ്പദങ്ങൾ അവർക്കു ചുറ്റും നൃത്തം വച്ചു.
നിലാവിൽ
ഒഴുകിപ്പരന്ന പ്രണയത്തിന്റെ
നീല നദിയിൽ
അവർ മുങ്ങിക്കിടന്നു.
ഉമ്മറത്ത് ആഭിചാരക്രിയകൾ സമാപ്തിയോടടുക്കുകയായിരുന്നു.
"നേരം പുലരുന്നു... അടയാളം കാട്ടണേ.."
മന്ത്രവാദിയുടെ സ്വരത്തിന് നേരിയപതർച്ച.
കളത്തിലുറപ്പിച്ച പന്തം പിഴുതെടുത്ത്
മുറ്റത്തേയ്ക്കിറങ്ങി. മുറ്റത്തും തൊടിയിലും പ്രകാശംപരന്നു.
"അടയാളംകാട്ടണേ, നേരം പുലരുന്നേ"

മന്ത്രവാദി പരമാവധി ശബ്ദമുയർത്തി വിളിച്ചു, പിന്നെ, ചെവിവട്ടം പിടിച്ചു.

ചെടികൾക്കപ്പുറത്തുനിന്നും കരിയിലകളുടെ ശബ്ദം കേട്ടു.
കറമ്പൻകുട്ടിക്ക് ആശ്വാസമായി.
മന്ത്രവാദിയുടെ മുഖത്തെ തെളിച്ചം കണ്ട
കൊച്ചുഗോവിന്ദൻ ദീർഘമായ് ഒന്നു നിശ്വസിച്ചു.

കറമ്പൻ കുട്ടി പിന്നെയും വീടിനു വലം വച്ചു. മടിയിലിരുന്ന പുകയിലയും ചുണ്ണാമ്പും വായിലിട്ടുചവച്ചു നടുമുറ്റത്തേയ്ക്കു നീട്ടിത്തുപ്പി.

കാഴ്ചക്കാരായ് നിന്നവരുടെ ചുണ്ടുകൾ മന്ത്രിച്ചു.
'ചോര...! ചോര...'

"കണ്ടോ മുത്തി അടയാളം കാണിച്ചിരിക്കുന്നു. ഗന്ധർവൻ ഒഴിഞ്ഞു പോയിരിക്കുന്നു."

മുറ്റത്തു നിന്ന കരിമ്പനകാറ്റിലുലഞ്ഞു. വെട്ടിയിട്ടവാഴപോലെ മന്ത്രവാദി നിലത്തേയ്ക്കു വീണു.

സവിത്രിക്കുഞ്ഞമ്മ വേവലാതിയോടെ
പുറത്തേയ്ക്കു നോക്കി.
'മാലിനിയെ കാണുന്നില്ലല്ലോ?'
പൊടുന്നനെ, അടുക്കളവാതിൽ
തുറന്നടഞ്ഞു.
അവർക്കു സമാധാനമായി.
വിയർത്തു നനഞ്ഞ്, പാതിമയങ്ങിയ
കണ്ണുകളുമായ് മാലിനി അറപ്പുരയിലേയ്ക്കു കടന്നു.

അവൾക്കു മുന്നിൽ കാഴ്ചകളില്ലായിരുന്നു.
ഒരു മഹാപ്രളയത്തിന്റെ തിരച്ചുഴികളിൽ
മുങ്ങിയും പൊങ്ങിയും അവളൊഴുകിനടന്നു.
സ്ത്രീകൾ അവളെ നോക്കിപറഞ്ഞു.
'മന്ത്രവാദി പറഞ്ഞതുനേരാ ഗന്ധർവ്വൻ
ഒഴിഞ്ഞുപോയിരിക്കുന്നു'
മുത്തശ്ശിക്കു സമാധാനമായി.
മാലിനി ഒന്നും കേട്ടില്ല.
അവൾ കടലിൽ പെയ്ത മഴപോലെ
ഉള്ളിൽ കരഞ്ഞുകൊണ്ട്
സാവിത്രിക്കുഞ്ഞമ്മയുടെ തോളിലേക്കു ചാഞ്ഞു.
പിറ്റേന്നു തന്നെ തീരുമാനിച്ചുറപ്പിച്ചപോലെ
മുംബൈയാത്രയുടെ ഒരുക്കങ്ങൾ പൂർത്തിയായി.
തീവണ്ടിയ്ക്കുള്ള ടിക്കറ്റും മറ്റും നേരത്തേ ബുക്കു ചെയ്തിരുന്നു.
അമ്മായിമാർകൂടി അവളുടെ വസ്ത്രങ്ങളും
ആഭരണങ്ങളും മറ്റും പെട്ടിയിലാക്കി.
പാഠപുസ്തകങ്ങളൊന്നും എടുത്തതേയില്ല.

ആരെയും കാണാൻ കൂട്ടാക്കാതെ അകത്തെ മുറിയിൽ മാലിനി കരഞ്ഞുതളർന്നുകിടന്നു.

അമ്മയും, കുഞ്ഞമ്മമാരും ശപിച്ചും ശകാരിച്ചും യാത്രയ്ക്കുള്ള ഒരുക്കങ്ങൾ

നടത്തി.

സാവിത്രിക്കുഞ്ഞമ്മമാത്രം അവൾക്കടുത്തിരുന്ന് ഓരോന്നുപറഞ്ഞ് ആശ്വസിപ്പിക്കുന്നുണ്ടായിരുന്നു. പക്ഷേ, ഉള്ളിലെ തീ അണയ്ക്കാൻ അവർക്കും കഴിഞ്ഞില്ല.

കൊച്ചുഗോവിന്ദനെ ആ വീടിന്റെ പരിസരത്തെങ്ങും കണ്ടതേയില്ല.

അവളുടെ സങ്കടം കാണാനുള്ള മനശ്ശക്തി അയാൾക്കുണ്ടായിരുന്നില്ല.

റെയിൽവേസ്റ്റേഷനിലേയ്ക്കു പോകുവാനുള്ള ടാക്സി മുറ്റത്തുവന്നു. മാർത്താണ്ഡനും മറ്റുംചേർന്ന് പെട്ടികൾ കാറിന്റെ ഡിക്കിയിൽ വച്ചു.

മുത്തശ്ശി ഒരു നിലവിളക്കുമായി ഉമ്മറത്തേയ്ക്കുവന്നു. സാവിത്രിക്കുഞ്ഞമ്മ അവളെ മുത്തശ്ശിയ്ക്കടുത്തേയ്ക്കു നടത്തിച്ചു.

മുത്തശ്ശി അവളുടെ തലയിൽ കൈവച്ചനുഗ്രഹിച്ചു.

"സർവ മംഗള മംഗല്ല്യേ
ശിവേ, സർവാർഥ സാധികേ
ശരണ്യേ ത്രയംബകേ ഗൗരീ
നാരായണീ നമോസ്തുതേ"

അവൾ മുത്തശ്ശിയുടെ കാൽതൊട്ടു വിന്ദിച്ചു. ആരോ ആൾക്കൂട്ടത്തിൽ നിന്നും ചോദിച്ചു.

"മാലിനീ വല്ലതും എടുക്കാൻ മറന്നുവോ?"

പെട്ടെന്ന് അവൾക്കതോർമ്മവന്നു. അവൾ തിടുക്കത്തിൽ വീടിന്റെ പിന്നാമ്പുറത്തേയ്ക്കു നടന്നു. തലേന്ന് നിറയെ പൂത്തു നിന്നിരുന്ന ഇലഞ്ഞിമരം പൂക്കൾ കൊഴിഞ്ഞ് വിഷാദം നിറച്ചുനിൽക്കുന്നു.

അവൾ തലേദിവസം കൊഴിഞ്ഞു വീണ പൂക്കൾക്കിടയിൽ നിന്നും ചതഞ്ഞരഞ്ഞ ഒരു പിടിപൂക്കൾ വാരി ബാഗിൽ വച്ചു.

അവളുടെ കണ്ണുകൾ നിറഞ്ഞൊഴുകി.

ഇലഞ്ഞിമരം അപ്പോഴും പൊഴിഞ്ഞു വീഴുന്ന മഞ്ഞു കണങ്ങൾ കൊണ്ട് അവൾക്കു യാത്രയയപ്പു നൽകി.

"മാലിനീ വരൂ.. രാഹുകാലം തുടങ്ങാറായി"

മാർത്താണ്ഡന്റെ ശബ്ദം. അവൾ ഇലഞ്ഞിമരത്തിനു വലം വച്ച്
മുറ്റത്തേയ്ക്കുവന്നു. ആരുടേയും മുഖത്തുനോക്കാതെ കാറിലേയ്ക്കുകയറി.
താൻ പിറന്നുവീണ തറവാടും
ഓടിക്കളിച്ച നടുമുറ്റവും
പൂക്കളിറുത്ത തൊടിയും പിന്നിലാക്കി
കാറ് മുന്നോട്ടുരുണ്ടു.
ഇലഞ്ഞിപ്പൂവിന്റെ ഗന്ധം മാത്രം അവൾ
നെഞ്ചോടു ചേർത്തുപിടിച്ചു.

5

മഴമരങ്ങൾ

ഓർമ്മകളിൽ നനഞ്ഞ് അവൾ മിഴികളടച്ചുകിടന്നു.

അവളെ ഉണർത്താതെ, പതിയെ എണീറ്റ് അയാൾ സ്വീകരണമുറിയിലെ ജനാലയ്ക്കരികിലേയ്ക്കുവന്നു.

ക്ലോക്കിൽ മണി പതിനൊന്നടിച്ചു.

അയാൾക്ക് ഉറക്കം വന്നതേയില്ല.

പുറത്ത് നഗരം ആലസ്യത്തിലേയ്ക്കു ചായുകയാണ്. നിരത്തിൽ വാഹനങ്ങളുടെ തിരക്ക് കുറഞ്ഞിരിയ്ക്കുന്നു. കടകളിലെ വെളിച്ചം കെട്ടുതുടങ്ങി. ചില പബ്ബുകളും രാത്രി റസ്റ്ററന്റുകളും മാത്രം ഉണർന്നിരിപ്പുണ്ട്.

പിൻ കഴുത്തിൽ ചൂടുള്ള ശ്വാസം തട്ടിയപ്പോൾ അയാൾ തിരിഞ്ഞുനോക്കി. പിന്നിൽ മാലിനി.

"നീ ഉറങ്ങിയില്ലേ ഇതുവരെ?"

അവൾ അയാളുടെ കഴുത്തിൽ കൈചുറ്റിപ്പിടിച്ചു കൊണ്ടുപറഞ്ഞു: " നീ ഉണർന്നിരിക്കുമ്പോൾ എനിക്കെങ്ങനെ ഉറക്കം വരും?"

അയാളുടെ ചുണ്ടിൽ ഒരു നേരിയ പുഞ്ചിരിപടർന്നു.

"അങ്ങനെയൊന്നും ആയിരുന്നില്ലല്ലോ ഇതുവരെ"

"ഒന്നും മനപൂർവ്വം ആയിരുന്നില്ലല്ലോ സാഹചര്യങ്ങൾ.."

അവൾ ന്യായീകരിച്ചു.

"സാഹചര്യങ്ങൾ അനുകൂലമാക്കുന്നതും പ്രതികൂലമാക്കുന്നതും നമ്മുടെ തീരുമാനങ്ങളാണ്".

അയാൾ തിരുത്തി.

" കുറ്റം എന്റേതു മാത്രമായിരുന്നില്ലല്ലോ?"

അവളും വിട്ടുകൊടുത്തില്ല.

"നിന്നെ പഠിപ്പിക്കാനായി മുംബൈയിലേയ്ക്കു കൊണ്ടുപോകുന്നു എന്നേ

പറഞ്ഞിരുന്നുള്ളൂ" അയാൾ ആശങ്ക പങ്കുവച്ചു.

'അത്രയേ ഞാനും വിചാരിച്ചിരുന്നുള്ളൂ., പക്ഷെ, അവർ എല്ലാം മുൻ കൂട്ടിതീരുമാനിച്ചുറപ്പിച്ചിരുന്നു.'

അവൾ വിശദീകരിക്കാൻ ശ്രമിച്ചു.

'നിന്റെ വിവാഹം കഴിഞ്ഞു എന്ന് ഗോവിന്ദേട്ടൻ പറഞ്ഞാണറിഞ്ഞത്. ഒരു മനുഷ്യൻ തകർന്നുപോവാൻ അതിൽപ്പരം എന്തുവേണം.?'

അയാൾ ദുർബലനായി,

"കടമതീർക്കാനുള്ള രണ്ടാനമ്മയുടെ വ്യഗ്രതയായിരുന്നു എല്ലാറ്റിനും പിന്നിൽ. അതിനൊക്കെ എന്റെ അച്ഛനും കൂട്ടുനിന്നു. ആഗ്രഹങ്ങൾ കരഞ്ഞു തീർക്കാനല്ലാതെ എനിക്കു മറ്റൊന്നിനും ആവുമായിരുന്നില്ല."

അവളുടെ സ്വരവും പതറി.

"നിന്നെ ഞാൻ കുറ്റപ്പെടുത്തുന്നില്ല, എന്റെ ജീവിതം അങ്ങനെയാണ് സ്നേഹിക്കാനും മോഹിക്കാനും അർഹതയില്ലാത്ത പാഴ്ജന്മം. കാരണമില്ലാതെ വേദനിക്കാൻ മാത്രമാണ് എന്റെ വിധി."

അയാളുടെ സ്വരം നിർവ്വികാരമായിരുന്നു.

"നമ്മുടെ സ്നേഹത്തിന് ഞാൻ കൊടുക്കേണ്ടിവന്ന വില നീ വിചാരിക്കുന്നതിനും അപ്പുറത്തായിരുന്നു. പഞ്ചാബിൽ പപ്പയോടൊപ്പം ജോലിനോക്കിയിരുന്ന ഒരാളുടെ മകൻ ഗൗതമൻ, അതായിരുന്നു വരൻ. മുംബൈയിലെ പ്രമുഖ ഫാഷൻ ഫോട്ടോഗ്രാഫർ. പക്ഷേ, അയാൾക്കൊരു ഭാര്യയെ ആയിരുന്നില്ല ആവശ്യം. പകരം ചോരയും നീരുമുള്ള ഒരു മോഡലിനെ ആയിരുന്നു."

അവൾ പറഞ്ഞുവന്നത് പാതിവഴിയിൽ നിർത്തി.

ഗോതമ്പു പാടങ്ങളിൽ നിന്നും വീശിയടിച്ചകാറ്റ് അവളുടെ ഭൂതകാല നൊമ്പരങ്ങളുടെ കനൽക്കട്ടകളെ ഊതിത്തിളക്കി.

"ഒന്നല്ല, പതിനാലു വർഷമാണ് ഞാനനുഭവിച്ചത്. ആത്മഹത്യ ചെയ്യണം എന്നുപലതവണ ചിന്തിച്ചു പക്ഷേ, നിന്റെ ഓർമ്മകൾ അതിൽ നിന്നും എന്നെ വിലക്കി".

"ഇതിനുമുൻപ് കണ്ടപ്പോഴും വിശദമായിട്ടൊന്നും ഞാൻ ചോദിച്ചില്ല, മറക്കാൻ ശ്രമിക്കുന്നതൊക്കെ വലിച്ചു പുറത്തിട്ട് നിന്നെ വേദനിപ്പിക്കേണ്ടതില്ലെന്നുതോന്നി."

"വേദനയായിരുന്നില്ല, ജീവിതത്തോടുതന്നെയുള്ള വെറുപ്പും മടുപ്പുമായിരുന്നു."

"അത്രമാത്രം വെറുക്കാൻ അയാളെന്തു തെറ്റാണു നിന്നോടു ചെയ്തത്.?"

അതുചോദിക്കേണ്ടിയിരുന്നില്ലെന്ന് പിന്നീടയാൾക്കു തോന്നി.

"ഗോതമ്പിന്റെ സൗന്ദര്യവും ആരേയും വശീകരിക്കുന്ന പെരുമാറ്റവുമായിരുന്നു അയാളുടേത്. പക്ഷേ, ഉള്ളിലൊളിപ്പിച്ച ഉളിപ്പല്ലിലെ വിഷവും, നീണ്ടുകൂർത്ത നഖങ്ങളും അയാൾ പുറത്തെടുത്തപ്പോൾ ഞാൻ നടുങ്ങി."

ശ്വാസം ഉള്ളിലേയ്ക്കെടുത്ത് അവൾ തുടർന്നു.

"സ്ത്രീജിതൻ, മദ്യപാനി, ചൂതാട്ടക്കാരൻ അങ്ങനെ പലപല മുഖങ്ങളാ

യിരുന്നു അയാൾക്ക്. എല്ലാം ഞാൻ സഹിച്ചു, ഒടുവിൽ ഫാഷൻ ഷോകളിൽ തുണിയുരിഞ്ഞ് എന്നെ വിൽപ്പനയ്ക്കുവയ്ക്കാൻ ശ്രമിച്ചപ്പോൾ, ഞാനാവീടിന്റെ പടിയിറങ്ങി. ഒരു സ്ത്രീ ഇതിലധികം എന്താണ് അപമാനിക്കപ്പെടാനുള്ള ത്.?"

"നിനക്കയാളെ സ്നേഹം കൊണ്ടുതിരുത്താമായിരുന്നില്ലേ?"

അവളുടെ മുഖം വിഷബാധയേറ്റപോലെ നീലിച്ചു.

"സ്നേഹം!, ഞാനാവാക്കിനെ എന്നേ വെറുത്തു കഴിഞ്ഞിരുന്നു. സ്നേഹം നടിച്ച് കബളിപ്പിച്ച മാതാപിതാക്കൾ, പ്രണയവും പ്രതീക്ഷയും തന്ന നീ, ശരീരത്തിനു വിലയിടുന്ന ഭർത്താവ്, സ്നേഹം നടിച്ച് എല്ലാവരും എന്നെ ചതിക്കുകയായിരുന്നു. പക്ഷേ, എനിക്കു ജീവിക്കണമായിരുന്നു. എന്റെ കുഞ്ഞിനുവേണ്ടി. ആ ബലഹീനത അവൻ മുതലെടുത്തു"

അവൾ നന്നേകിതച്ചു. തെല്ലുനേരത്തേയ്ക്ക് അവരുടെയിടയിൽ മൗനം കനത്തു. ഒരു നിശ്വാസം പോലും അതിനെ ഭേദിച്ചില്ല.

"നിന്നെ ഞാൻ കുറ്റപ്പെടുത്തിയതല്ല; അത്രയേറെ ഞാനനുഭവിച്ച അതു കൊണ്ടുപറഞ്ഞുപോയതാണ്."

"കുറ്റപ്പെടുത്തിയാലും വിരോധമില്ല മാലു... എല്ലാകുറ്റങ്ങളും ഏറ്റുവാങ്ങി, സ്വയം പീഡനത്തിന്റെ ഗൊൽഗൊഥായിൽ ഒരു കുരിശുമരണം കാത്തുകിടക്കുന്നവനാണു ഞാൻ. കയ്പുനീരും മുൾക്കിരീടവുമാണ് എന്റെ നേട്ടങ്ങൾ. എന്റെ ഹൃദയത്തിലെ ആണിപ്പഴുതിൽ നിന്നും രക്തം മുഴുവൻ വാർന്നുപോയിരിക്കുന്നു."

വികാരഭരിതമായിരുന്നു അയാളുടെശബ്ദം

"ഞാൻ നിന്നെ വേദനിപ്പിച്ചോ?"

അവൾ സംശയം പ്രകടിപ്പിച്ചു.

"ഒരിയ്ക്കലുമില്ല, നീ അല്പം മുൻപുപറഞ്ഞില്ലേ സ്നേഹം ഒരു പൊള്ള വാക്കാണെന്ന്. വേദനയും എനിയ്ക്കിപ്പോൾ അങ്ങനെയാണ്. ജീവിതത്തിൽ നിന്നും ഒഴിവാക്കപ്പെട്ട ഒരു പൊള്ള വാക്ക്"

"നീ വിചാരിക്കും പോലെ സ്നേഹത്തെ ഞാൻ തള്ളിപ്പറഞ്ഞതല്ല; ആണെങ്കിൽ ഇത്രയും കാലം മനസ്സിന്റെ ഉമ്മറത്ത് നിലവിളക്കു കൊളുത്തി വച്ച് നിനക്കായി ഞാൻ കാത്തിരിക്കുമോ?"

അവൾ തന്റെ നിലപാടു പറഞ്ഞു

"ഒരു പ്രണയ കഥയിലെന്നപോലെ എഴുതിനിറയ്ക്കാൻ പറ്റിയവാക്കുകളാണ് മാലൂ ഇതൊക്കെ... സത്യം ഇതൊന്നുമല്ല. ബുദ്ധൻ തിരിച്ചറിഞ്ഞ അനുകമ്പ അതാണ് സത്യം. സ്നേഹം ആസക്തമായ ശരീരത്തിന്റെ ഉന്മാദമാണ്. കാമനകളുടെ നെരിപ്പോട് . കാമത്തിനെ ജയിക്കുമ്പോഴുള്ള അനുകമ്പയാണ് സത്യം.

അനാസക്തിയുടെ പാതാളപടവുകളിറങ്ങിച്ചെല്ലുമ്പോൾ ലഭിക്കുന്ന സ്വച്ഛവും നിർമ്മലവുമായ ആനന്ദം അതാണ് അനുകമ്പ. സ്നേഹം ഒരു കള്ളമാണ്."

"നീ വളരെ ഫിലോസഫിക്കലായി സംസാരിക്കുന്നു."

അവൾക്കയാളെ മനസ്സിലായില്ല.

"ഫിലോസഫി ആരും ഖനനംചെയ്തു കണ്ടെത്തുന്ന ഒന്നല്ല, അനുഭവങ്ങൾ നൽകുന്ന തിരിച്ചറിവുകളാണ് യഥാർത്ഥ ഫിലോസഫി. ഞാനിപ്പോൾ ആ നിർമ്മമതയുടെ ആഴങ്ങൾ അന്വേഷിക്കുകയാണ്. അതു കൊണ്ടുതന്നെ, ആരുടേയും പരിഹാസങ്ങൾ എന്നെ പൊള്ളിക്കുന്നില്ല മാലിനി. "

"നീ ഇങ്ങനെ ഒന്നും ആയിരുന്നില്ലല്ലോ? ജീവിതത്തെ ആസക്തിയോടെ വാരിപ്പിടിച്ച നിനക്ക് ഇത്രപെട്ടന്നെങ്ങനെ ഒറ്റപ്പെട്ടതും, ഏകാന്തവുമായ ഒരു തുരുത്തിലേയ്ക്ക് ഓടി ഒളിക്കാൻ കഴിയുന്നു.?"

"അത്രപെട്ടെന്നൊന്നുമല്ലല്ലോ മാലൂ, സംവത്സരങ്ങളുടെ ദൈർഘ്യമുണ്ടതിന്. അനാദിയായ ഒരു പ്രളയജലത്തിലെ ജീവബിന്ദുവിൽ തുടങ്ങി, ചരിത്രത്തിന്റെ തേരുരുണ്ട വീഥികളിലൂടെ എത്രദൂരം ഞാൻ സഞ്ചരിച്ചു. കൊള്ള, കൊല, ചതി, കീഴടക്കൽ, കവർന്നെടുക്കൽ - അതിന്റെയെല്ലാം ആവർത്തനങ്ങളാണു ചരിത്രം. ഞാൻ ചരിത്രത്തിനു പുറത്താണ്. ഇന്നും എന്നും. അതാണെന്റെ ഫിലോസഫിയും"

"എന്തോ ഞാൻ നിന്നെപ്പോലെ അധികം വായിച്ചിട്ടില്ല. വായിച്ചതത്രയും അപകടമാണെന്നു തിരിച്ചറിഞ്ഞപ്പോൾ നിർത്തി. അതുകൊണ്ടിപ്പോൾ സ്ഥിരബുദ്ധിയോടെ ജീവിച്ചിരിക്കുന്നു., ഈശ്വരൻ, അതൊന്നുമാത്രമാണ് എനിക്കു സത്യം."

അവൾ സ്വയം നിർവചിച്ചു.

"അതുനല്ലതാണ്. ആത്മവിശ്വാസം നഷ്ടപ്പെടുമ്പോഴാണ് നമ്മൾ ആശ്രയങ്ങൾ അന്വേഷിക്കുന്നത്. അത്തരം ഒരാത്മീയാന്വേഷണത്തിന്റെ പാതയിലല്ലേ നിന്റെ ഭർത്താവിപ്പോൾ. അതിൽ നീ സന്തോഷിക്കുകയല്ലേ വേണ്ടത്".

"അത് ആത്മീയാന്വേഷണമല്ല, ഒളിച്ചോട്ടമാണ്. ദീർഘകാലം ജീവിതത്തിനും മരണത്തിനുമിടയിൽ ആടിയുലഞ്ഞ ഒരു ജന്മം. ആരുടെയൊക്കെയോ കാരുണ്യം കൊണ്ട് തിരിച്ചുകിട്ടിയ ആ ജീവിതത്തെ മറ്റൊരു രീതിയിൽ സഫലമാക്കികൊണ്ടുവേണമായിരുന്നു ഭൂതകാലത്തോടുകണക്കു തീർക്കാൻ."

"ഇപ്പോൾ ഫിലോസഫിക്കലായത് നീയാണ്."

അയാൾപറഞ്ഞത് അവൾ കേട്ടില്ല.

"മോക്ഷം! അത് ഭൗതികമായ ആഗ്രഹങ്ങളെ നിഗ്രഹിക്കലാണ്. അതിനുകഴിയണമെങ്കിൽ കടമകൾ ബാക്കിയുണ്ടാവരുത്. ജീവിതത്തിൽ എന്നോടുചെയ്ത തെറ്റുകൾ മറ്റൊരു വിധത്തിൽ ആവർത്തിക്കുകയാണിപ്പോഴും. തീർത്തും ഒരപരിചിതനെപ്പോലെ എപ്പോഴോ കയറിവന്ന്, ഒന്നും മിണ്ടാതെ എപ്പോഴോ ഇറങ്ങിപ്പോവുന്ന കർമ്മബന്ധം. വരുമ്പഴും പോകുമ്പോഴും ഉമ്മറത്തുകത്തിച്ചുവയ്ക്കുന്ന കർപ്പൂരത്തിന്റെ ഗന്ധമാണ് എനിക്കിന്നു ഭർത്താവിന്റെ സാന്നിധ്യം. അതല്ലല്ലോ ഒരു സ്ത്രീ ആഗ്രഹിക്കുന്നതും പ്രതീക്ഷിക്കുന്നതും."

അയാൾ ഉത്തരമൊന്നും പറഞ്ഞില്ല.

മറ്റെന്തെല്ലാമോ ഓർമ്മകളിൽ മുങ്ങി അയാൾ നിന്നു.

"നീയിപ്പോൾ ആലോചിക്കുന്നത് അരുന്ധതിയെക്കുറിച്ചാണെന്നെനിക്കറിയാം."

അയാളുടെ മനസ്സുവായിച്ചിട്ടെന്നപോലെ അവൾ പറഞ്ഞു.

"എന്റെ അനുഭവത്തിൽ നിന്നും ഞാൻ പറയുകയാണ് നോക്കാൻ കഴിയില്ലായിരുന്നെങ്കിൽ ഒരു പെണ്ണിന്റെ ജീവിതം നീ നശിപ്പിക്കരുതായിരുന്നു."

അയാൾ എന്തു പറയണമെന്നറിയാതെ പരവശപ്പെട്ടു.

"ആര് ആരോടുതെറ്റുചെയ്തു എന്ന് ആരാണ് വിധി പ്രസ്താവിക്കേണ്ടത്. അന്വേഷണവും വിചാരണയുമില്ലാതെ എപ്പോഴും ആർക്കും എന്റെമേൽ ചുമത്താവുന്ന ഒരു കുറ്റപത്രമാണോ എനിയ്ക്കെന്റെ ജീവിതം?".

"നിനക്ക് ഉത്തരം മുട്ടുമ്പോൾ ഞാൻ ഒട്ടുംസന്തോഷിക്കുന്നില്ല. പക്ഷേ, എനിയ്ക്കറിയാവുന്ന അരുന്ധതി പാവമായിരുന്നു. നീ എന്നോടുചെയ്തതിനേക്കാൾ വലിയ തെറ്റാണ് അവളോടുചെയ്തത്."

"മാലൂ, ചിലപ്പോഴൊക്കെ ഒരു സാധാരണ സ്ത്രീയെപ്പോലെ തന്നെയാണ് നീയും. സ്വന്തം സ്വർഗ്ഗത്തിൽ നിന്ന് മറ്റുള്ളവരുടെനരകത്തിൽ തീകോരിയിടുന്ന പെണ്ണ്."

അയാളുടെ ശബ്ദം ദൃഢമായിരുന്നു.

"നിനക്കറിയ്യോ - ജീവിതത്തിൽ നാം വിജയിച്ചു എന്നു വിചാരിക്കുന്നതൊന്നും വിജയങ്ങളല്ല, വെട്ടിപ്പിടിച്ചു എന്ന് അഹങ്കരിക്കുന്നതൊന്നും നമ്മുടേതല്ല. ആരുടെയൊക്കെയോ കണ്ണീരും ചോരയും വീണു നനഞ്ഞിട്ടുണ്ടായിരിക്കണം അവയിൽ. അല്പം മുമ്പ് നീ പറഞ്ഞല്ലോ സാഹചര്യങ്ങളാണ് ഇങ്ങനെയൊക്കെ ആക്കിയതെന്ന്. അതിൽ സ്വയം കുറ്റവിമുക്തയാകാനുള്ള ഒരു തീവ്രശ്രമമുണ്ടായിരുന്നു എന്ന് ഞാൻ ആരോപിച്ചാൽ നിനക്ക് നിഷേധിക്കാനാവുമോ?"

അയാൾ എന്താണു പറഞ്ഞുവരുന്നതെന്നറിയാതെ അവൾ അന്തംവിട്ടു.

അയാൾ തുടർന്നു.

"ഇപ്പോൾ നീ പറഞ്ഞതുതന്നെയാണ് മറ്റൊരു വിധത്തിൽ അരുന്ധതിയും എന്നോടുപറഞ്ഞത്. ഒപ്പം നടന്നവർ ഭൂമി, വാഹനം, ബംഗ്ലാവ്, ആഡംബരം ഒക്കെ വെട്ടിപ്പിടിക്കുമ്പോൾ മരിച്ചടക്കാൻ ഒരു സെന്റു ഭൂമി പോലുമില്ലാതെ നീയെന്താണു നേടിയത്? എന്ന ചോദ്യം.

അവളുടെ ഉള്ളിലും ആ ചോദ്യമുണ്ടായിരുന്നു എന്ന് അപ്പോഴാണ് ഞാനറിഞ്ഞത്. ഇതൊക്കെയാണ് വിജയമെങ്കിൽ ഞാനാ വിജയത്തിനുവേണ്ടി വിയർപ്പൊഴുക്കിയിട്ടില്ല, വാതിലിൽ വന്നു മുട്ടി വിളിച്ച സൗഭാഗ്യങ്ങളെ തട്ടിമാറ്റിയിട്ടേ ഉള്ളൂ. അതുകൊണ്ടാണ് അവളുടെ ഒന്നുമില്ലായ്മയിൽ നിന്നും ഞാനാ കൈപിടിച്ചതെന്ന് അവളെന്തേ ഓർത്തില്ല.

കത്തിച്ചുപിടിച്ച ചൂട്ടുകറ്റപോലെ എരിഞ്ഞു തീരുന്ന ജീവിതങ്ങളോടൊപ്പമായിരുന്നു എന്നും എന്റെ യാത്ര. അനാഥരുടെ കൂടാരങ്ങളിൽ അന്തിയുറങ്ങി. ജീവിതം തോറ്റുപോയവരോടൊപ്പമായിരിക്കണമെന്നായിരുന്നു

ഞാൻ പഠിച്ചപാഠം.

വക്കുപൊട്ടിയ വസ്ഥിപാത്രങ്ങളിൽ മക്കൾക്കു കഞ്ഞിവിളമ്പി മുണ്ടു മുറുക്കി എഴുന്നേൽക്കുന്ന അമ്മയും അമ്മയുടെ വിശപ്പകറ്റാൻ വരമ്പുവെട്ടി പങ്കുമാറ്റിവയ്ക്കുന്ന ചാച്ചനുമാണ് ഞാൻ കണ്ടദൈവങ്ങൾ.

ഒടുവിൽ, കോടാനുകോടി ജനങ്ങൾക്കിടയിൽ നിന്നും അവരെ മാത്രം തെരഞ്ഞുപിടിച്ചുശിക്ഷിച്ച ദൈവത്തെ ശപിച്ച് അകാലത്തിൽ വേർപിരിഞ്ഞുപോയ ജീവനുകൾക്കുമേൽ ഒരു ഒപ്പീസ് പാടി തീപിടിയ്ക്കുന്ന വീട്ടിൽ നിന്നും അവളുടെ കൈപിടിച്ചിറങ്ങുമ്പോൾ, തിരിച്ചുവിളിക്കാനും തോളിൽത്തട്ടി ആശ്വസിപ്പിക്കാനും ആരുമുണ്ടായിരുന്നില്ല.

നിനക്കറിയ്യോ... അറിവിന്റേയും അംഗീകാരത്തിന്റേയും കുറവിലല്ല, കടം മേടിക്കുന്ന കാശിന്റെ കണക്കിലാണ് ഞാൻ പരിഹസിക്കപ്പെട്ടത്.

അതുകൊണ്ട്, ഞാനിപ്പോൾ ജീവിതം കൊണ്ടു കണക്കു തീർക്കുകയാണ്. എന്റെ വിധി പ്രസ്താവിക്കാൻ ആർക്കും അവകാശമില്ല, നിനക്കുപോലും."

അത്രയും പറഞ്ഞു നിർത്തിയപ്പോൾ നെഞ്ചിൽ ശ്വാസം കുടുങ്ങി. പ്രാണവായുവിനായി അയാൾപരവശപ്പെട്ടു.

"ഇത്രയും വികാരംകൊള്ളാൻ ഞാനെന്താണു പറഞ്ഞത്"

അവൾ കരച്ചിലിന്റെ വക്കിലെത്തി.

"മാറ്റാരെക്കാളും നന്നായി എനിക്കുനിന്നെ അറിയാം. നിന്നെ മറ്റുള്ളവർ പരാജയപ്പെടുത്തിയിട്ടുണ്ടെങ്കിൽ അതിന്റെ കാരണം ഞാനും കൂടിയാണ്. ഇന്നും എല്ലാ സന്ധ്യകളിലും നിലവിളക്കുകൊളുത്തിവച്ച് ഞാൻ നിനക്കുവേണ്ടി പ്രാർഥിക്കുന്നുണ്ട്"

അവൾ പറഞ്ഞതൊന്നും അയാൾ കേട്ടില്ല ഡൈനിംഗ് ടേബിളിലിരുന്ന വീഞ്ഞുകുപ്പിയിൽ അയാൾ പിടുത്തമിട്ടു.

ദുർബലമായ ആ കൈകൾ വിറകൊണ്ടു. കയ്യിൽ നിന്നും പിടിവിട്ട് ആചില്ലുപാത്രം നിലത്തുവീണു ചിതറി.

6

കളിനിയമങ്ങൾ

കണ്ണുതുറക്കുമ്പോൾ അയാൾ കിടക്കയിലാണ്. എ.സിയുടെ നേർത്ത ഇരമ്പം മാത്രമേ കേൾക്കാനുള്ളൂ. മാലിനിയെ കണ്ടപ്പോഴാണ് സ്ഥല കാലത്തെക്കുറിച്ച് തിരിച്ചറിവുണ്ടായത്.

കയ്യിൽ നിന്നും വഴുതി നിലത്തു വീണുടഞ്ഞ ചില്ലുഗ്ലാസ്സിനൊപ്പം നിലതെറ്റി സോഫയിലേക്കു പതിച്ചത് ഒരു നേർത്ത മഞ്ഞുപാളിക്കിടയിലൂടെ തലച്ചോറിൽ തങ്ങിനിൽപ്പുണ്ട്. പിന്നെ എങ്ങനെയാണ് ഈ കിടക്കയിലേയ്ക്കെത്തിയതെന്നു മാത്രം ഓർക്കാൻ കഴിയുന്നില്ല. അതും മാലിനി ഒറ്റയ്ക്ക്!

അയാൾ കട്ടിലിൽ നിവർന്നിരുന്നു. മേശപ്പുറത്തെ സഞ്ചിയിൽ നിന്നും 'സിപ്ളാർ 20' ടാബ്‌ലറ്റ് തപ്പിയെടുത്തു. മാലിനി ഫ്ളാസ്കിൽ നിന്നും നേർത്ത ചൂടുവെള്ളം ഗ്ലാസ്സിലേയ്ക്കു പകർന്നുകൊണ്ടുചോദിച്ചു.

"ബി.പി.യുടെ ടാബ്‌ലറ്റാ"

"ഓ, ഹൈപ്പർ ടെൻഷനുള്ളതാണെന്നാ ഡോക്ടർ പറയുന്നത്. എന്ത് ഓമനപ്പേരിട്ടുവിളിച്ചാലും ഭ്രാന്ത് ഭ്രാന്തല്ലാതായി മാറുന്നില്ലല്ലോ?"

അയാൾ പറഞ്ഞു മുഴുമിപ്പിക്കും മുൻപ്, കരഞ്ഞു കലങ്ങിയ കണ്ണുകളുമായി ആ മുഖം കൈകളിൽ കോരിയെടുത്ത്കൊണ്ടവൾ മന്ത്രിച്ചു.

"ദീർഘനാളത്തെ ഓർമ്മകൾക്കും കാത്തിരിപ്പിനും ശേഷം നമ്മളൊരുമിച്ചത് ഇങ്ങനെ പരസ്പരം വേദനിപ്പിക്കാൻ വേണ്ടിയായിരുന്നോ? ഞാനന്നും ഇങ്ങനെയൊക്കെത്തന്നെയല്ലേ നിന്നോടുസംസാരിക്കാറ്. പിന്നെന്തിനാ ഇങ്ങനെ മനസ്സുകലങ്ങുന്നെ?"

അവളുടെ കണ്ണുകൾ പിന്നെയും നിറഞ്ഞൊഴുകി.

ജന്മജന്മാന്തരങ്ങളുടെ സ്നേഹം മുഴുവൻ വിരൽത്തുമ്പിലാവാഹിച്ച് അയാളവളുടെ കണ്ണുനീർ തുടച്ചു.

ജീവിതത്തിന്റെ നല്ലകാലം മുഴുവൻ അവൾ വേദനിച്ചുതീർത്തത്

തനിക്കു വേണ്ടിയായിരുന്നല്ലോ എന്നോർത്തപ്പോൾ അയാൾക്കു കുറ്റബോധം തോന്നി.

പക്ഷേ, ജീർണ്ണിച്ച സ്വപ്നങ്ങളുടെ ഉപ്പുപാടങ്ങളിൽ ജീവിതം ഹോമിക്കാൻ ഞാൻ ആഗ്രഹിച്ചതല്ലല്ലോ, പ്രതീക്ഷകൾക്കുമേൽ പതിച്ച അപ്രതീക്ഷിത ആഘാതങ്ങൾ, വേർപാടുകൾ ഒക്കെ ഒറ്റയ്ക്കു നെഞ്ചിലേറ്റിയപ്പോൾ തകർന്നു പോയവനല്ലേ ഞാൻ. എല്ലാം അറിയാമായിരുന്നിട്ടും അവൾകൂടി എന്നെ കുറ്റപ്പെടുത്തിയപ്പോൾ മനസ്സിനുമേലുള്ള പിടിവിട്ടുപോയി അതാണു സംഭവിച്ചത്.

അയാളുടെ നിശ്ശബ്ദത കണ്ടപ്പോൾ അവൾക്കും കുറ്റബോധം തോന്നി. ഉള്ളിലെ ശ്വാസവേഗങ്ങളെ സ്വയം നിയന്ത്രിച്ച് കൊണ്ടവൾ പറഞ്ഞു:

"നിനക്കറിയില്ല, മറ്റുള്ളവരുടെ സ്നേഹം, മനസ്സിന്റെ വിങ്ങൽ....നീ ഡൽഹിയിൽ നിന്നും മടങ്ങും വഴി മുംബൈയിലിറങ്ങും എന്നറിഞ്ഞപ്പോൾ മുതൽ എന്റെ മനസ്സ് പിടയ്ക്കുകയായിരുന്നു. 'ചില്ലക്ഷരങ്ങൾ'പലതവണ വായിച്ച് മനസ്സിലേയ്ക്കു പകർത്തിയെഴുതിയിരുന്നു ഞാൻ..! അതിലെ പ്രണയനൊമ്പരങ്ങളെ സ്വന്തം എന്നുകരുതുന്ന പലരുമുണ്ടാകാം. പക്ഷേ,നെഞ്ചിൽ കൈവച്ച് അത് എന്റേതെന്നു പറയാൻ എനിയ്ക്കല്ലേ പറ്റൂ..."

'ശരിയാണ്'

അയാളും ഓർത്തു. ഞാനും അവളും മാത്രമുള്ള ഒരു ഭൂതകാലത്തിന്റെ അപാരതയിൽ നിന്നുള്ള ആവിഷ്ക്കാരമായിരുന്നു 'ചില്ലക്ഷരങ്ങൾ'. സത്യത്തിൽ അതെഴുതി എഴുത്തിനു വിരാമചിഹ്നമിട്ടതാണ്. പക്ഷേ, അതു ജീവിതത്തെ പിന്നെയും മാറ്റിമറിച്ചു. പ്രണയം അങ്ങനെയാണ്, സന്തോഷം കൊണ്ടു വീർപ്പുമുട്ടിക്കുമ്പോൾത്തന്നെ ഒരു ദുരന്തം കൂടി ഒളിപ്പിച്ചുവയ്ക്കും. ഓടിഒളിക്കാൻ ശ്രമിക്കുമ്പോഴും അതിലേയ്ക്കു തന്നെ വലിച്ചടുപ്പിക്കുന്ന ഒരു മാന്ത്രികത പ്രണയത്തിനുണ്ട്, ദുരന്തത്തിനും.

"എന്നെങ്കിലും നീ ഒഴുകിയലഞ്ഞ് എന്നിലേയ്ക്കു തന്നെ തിരിച്ചെത്തും എന്നെനിക്കുറപ്പുണ്ടായിരുന്നു."

അവൾ തന്റെ മനസ്സുതുറന്നിട്ടു.

"ആ വർഷത്തെ കേന്ദ്രസാഹിത്യ അക്കാദമി അവാർഡ് 'ചില്ലക്ഷരങ്ങൾ'ക്കാണ് എന്നറിഞ്ഞപ്പോൾ ആദ്യം ചിരിയ്ക്കാനാണുതോന്നിയത്. കാലം തെറ്റിപ്പെയ്യു ഒരു മഴ നനയുമ്പോലുള്ള ദുരനുഭവം എന്നേ വിചാരിച്ചുള്ളൂ. അവാർഡ് വാങ്ങാൻ പോകുന്നതുപോലും ആലോചിച്ചതല്ല. പ്രസാധകരുടെ നിർബന്ധത്തിനുമുന്നിൽ വഴങ്ങിക്കൊടുത്തു എന്നു മാത്രം. പക്ഷേ, അവാർഡിന്റെ പേരിലുള്ള എല്ലാ ആഘോഷങ്ങൾക്കും അപ്പോഴേ 'നോ' പറഞ്ഞിരുന്നു.

എന്നാൽ....

മടക്കയാത്രയിൽ മുംബെയിലിറങ്ങണം എന്ന ഉജ്വലിന്റെ

അഭ്യർഥനയ്ക്കു മുന്നിൽ 'നോ' പറയാനായില്ല. മദ്യം പൂത്തുലയുന്ന നഗരരാത്രികളിലെ ഗസൽമഴ നനയാം എന്നതു മാത്രമായിരുന്നില്ല, ആ മഹാനഗരത്തിന്റെ നിഴൽ വഴികളിലെവിടെയോ പരിചിതമായൊരു ചിലങ്കയുടെ

നാദം വീണ്ടുകിട്ടിയേക്കും എന്ന ഉപബോധ മനസ്സിന്റെ ഉന്മാദം കൂടിയായിരുന്നു എന്റെ സമ്മതത്തിനുപിന്നിൽ."

മാലിനി ആദിവസത്തിലേയ്ക്കു തിരിച്ചുനടന്നു

"ദൂരെനിന്നും ഒന്നു കാണണമെന്നേ ഞാനും ആഗ്രഹിച്ചുള്ളൂ. അരുന്ധതിയെക്കുറിച്ചോർത്തപ്പോൾ അതിനപ്പുറം പോകാൻ മനസ്സുവിസമ്മതിച്ചു. അതുകൊണ്ടാണ് ആദ്യ ദിവസങ്ങളിൽ നിന്നിൽ നിന്നു ഞാനെന്നെ മറച്ചുപിടിച്ചത്. പക്ഷേ, നിന്നെ കണ്ടപ്പോൾ മനസ്സനുവദിച്ചില്ല. ആ പഴയ രൂപത്തിന്റെ വെറും നിഴൽ മാത്രം. ഒരു ചെറുകാറ്റടിച്ചാൽ ആടിയുലയുന്നശരീരം. ആകെ പരിക്ഷീണമായ മുഖം. എല്ലാം പരിത്യജിച്ച ഒരുതരം നിർവ്വികാരത. അങ്ങനെയൊന്നുമല്ല ഞാൻ നിന്നെ പ്രതീക്ഷിച്ചത്."

"മുംബെയിൽ കാലുകുത്തിയപ്പോൾ മുതൽ ഒരു വല്ലാത്ത വിഷാദം എന്നെ കീഴടക്കിയിരുന്നു. നഷ്ടപ്പെട്ടതെന്തോ വീണ്ടെടുക്കാനല്ല. എന്നെന്നേയ്ക്കുമായി ചിലതു നഷ്ടപ്പെട്ടു എന്ന തിരിച്ചറിയാനാണ് ഈ സന്ദർശനം എന്നു മനസ്സ് ആശങ്കപ്പെട്ടു. എല്ലാറ്റിനേയും ഒളിപ്പിച്ചു വയ്ക്കുന്ന ഒരു കാപട്യം ആ നഗരത്തിനുണ്ട്. അവിടെ നിന്നും നിന്നെ കണ്ടെടുക്കുക അസാധ്യം. ഒരുപക്ഷേ, എന്റെ സാന്നിധ്യംപോലും നീ അറിഞ്ഞിട്ടുണ്ടാവില്ല. അല്ലെങ്കിൽ അതുനിന്നെ ബാധിക്കാത്തവിധം ഞാൻ നിനക്കന്യനായിക്കഴിഞ്ഞിട്ടുണ്ടെങ്കിലോ"

അവളുടെ ചുണ്ടിൽ നേരിയ ചിരി വിടർന്നു.

"എത്ര പെട്ടെന്നാണ് നീ മറ്റുള്ളവർക്ക് മാർക്കിടുന്നത്. ഞാനനുഭവിച്ച വേദനയും ഒറ്റപ്പെടലും അത് എന്റേതു മാത്രമാണ്. മറ്റാരുമായി ഞാനതു പങ്കുവയ്ക്കാൻ ആഗ്രഹിച്ചില്ല. അതുകൊണ്ട്, എന്റെ വേദന വേദനയല്ലാതായി തീരുമോ?

നിനക്കറിയുമോ? നിന്നെനേരിടാൻ ശക്തിയില്ലാതിരുന്നതുകൊണ്ടാണ് മുത്തശ്ശിയുടെ മരണത്തിനു പോലും ഞാൻ നാട്ടിലേക്കു വരാതിരുന്നത്. ആരെയും സങ്കടപ്പെടുത്താതിരിക്കാൻ ഞാൻ സ്വയം എരിഞ്ഞു തീരുകയായിരുന്നു. മറ്റൊരു വിധത്തിൽ പറഞ്ഞാൽ എന്റെ ഭീരുത്വം എന്നു വേണമെങ്കിൽ വിളിക്കാം. അതെനിക്ക് പലതും നഷ്ടപ്പെടുത്തിയിട്ടുണ്ട്. അതിനുള്ള ശിക്ഷയായിരുന്നു എന്റെ ശിഷ്ടജീവിതം"

മുംബെയിലെ വി ടി സ്റ്റേഷൻ പ്ലാറ്റ്ഫോമിൽ വച്ചുള്ള ആ കൂടികാഴ്ചയായിരുന്നു അയാളുടെ മനസ്സുനിറയെ.

"നീ വരില്ലെന്നു തന്നെയായിരുന്നു എന്റെ വിചാരം. നിന്നെ നിന്റെ പറുദീസയിൽ നിന്നും വിളിച്ചിറക്കേണ്ടതില്ലെന്നു മനസ്സുപറഞ്ഞു. പക്ഷേ, എനിക്കു പോലും ചുമന്നു നടക്കാനാവാത്ത വണ്ണം രോഗഗ്രസ്ഥമായ ഈ ശരീരത്തെ അഗ്നിയോ ഭൂമിയോ ഏറ്റുവാങ്ങും മുൻപ്, ഒരിയ്ക്കൽ ഒരേ ഒരുതവണ ഒന്നു കാണണം എന്നു മോഹിച്ചുപോയി"

അവൾ അവന്റെ വാക്കുകൾക്കു തടയിട്ടു.

"ഇതാണു നിന്റെ കുഴപ്പം, എന്തിനാണ് എപ്പോഴും മരണത്തെക്കുറിച്ചു മാത്രം ചിന്തിക്കുന്നത്. ജനിച്ചാൽ ഒരിയ്ക്കൽ എല്ലാവരും മരിയ്ക്കും. നീയും,

ഞാനും, പുഴുവും പൂമ്പാറ്റയുംവരെ."

അയാൾ കീഴടങ്ങിയില്ല.

"നീ പറഞ്ഞതു പ്രകൃതിനിയമം, പക്ഷേ, എന്റെ കാര്യത്തിൽ ഈ നിയമങ്ങളൊക്കെ തെറ്റിപ്പോകും. മരണം എല്ലാവരോടും ഒപ്പമുണ്ടെന്നതൊക്കെ വെറും ആലങ്കാരിക പ്രയോഗങ്ങൾ മാത്രം. മരണം ഉറപ്പുണ്ടെങ്കിൽപ്പിന്നെ ജീവിതം വെട്ടിപ്പിടിക്കാൻ പരക്കം പായുന്നതെന്തിന്?

പക്ഷേ, മരണം വന്നു കൈപിടിക്കുന്ന ഒരുദിനം വരും. അന്ന്, ഈ യാത്ര ഇവിടെ അവസാനിക്കുന്നു എന്ന യാഥാർത്ഥ്യം മുന്നിൽ നില്ക്കുമ്പോൾ, ഉള്ളിലുണ്ടാവുന്ന പാരവശ്യം അത് അനുഭവിക്കുന്ന വർക്കേ അറിയാനാവൂ. അത്തരം ഒരനുഭവത്തിന്റെ ഏകാന്ത വിജനതയിലൂടെയാണ് ഞാനിപ്പോൾ നടക്കുന്നത്."

"നിന്നോടു തർക്കിക്കാൻ ഞാനാളല്ല. പക്ഷേ, എനിക്ക് പ്രാർഥനാനിർഭരമായ ഒരു മനസ്സുണ്ട്. അതുകൊണ്ട് ഞാൻ നിന്നെ തിരിച്ചുപിടിക്കും. ഇനിമുതൽ എന്റെ അരികിൽ എന്നുമുണ്ടാകും നീ. ഒരു മരണത്തിനും ഞാൻ നിന്നെ വിട്ടുകൊടുക്കില്ല."

അയാൾ ദീർഘമായി ഒന്നു നിശ്വസിച്ചു.

"മരണത്തിന്റെ സഞ്ചാരവഴികൾ നമുക്കന്യമാണ് മാലൂ. അപകടം, ആത്മഹത്യ, മഹാരോഗം എന്നിങ്ങനെ എങ്ങനെയാണ് എപ്പോഴാണ് അവൻ വന്നെത്തുക എന്ന് നിശ്ചയിക്കുക വയ്യ. അവിടെ പ്രാർഥനകൾ നിരർഥകമാകും.. ഒന്നു ഇരുട്ടിവെളുക്കുമ്പോഴേയ്ക്കും എത്രപ്രിയപ്പെട്ടവരാണ് വിട്ടുപിരിഞ്ഞുപോവുന്നത്. ഒരു യാത്രാമൊഴിപോലും പറയാതെ."

"പതിയെപ്പതിയെ, എല്ലാം മറക്കാനുള്ളൊരു കഴിവ് മനസ്സിനുണ്ട്. അങ്ങനെ മറക്കാൻ പഠിക്കണം."

അവളവനെ ധൈര്യപ്പെടുത്തി.

"അങ്ങനെ കഴിയുന്നവരുണ്ടായേക്കാം. പക്ഷേ എനിയ്ക്കതിനാവില്ല മാലൂ. ഞാൻ സത്യത്തിൽ ജിവിക്കുന്നത് മരിച്ചവർക്കിടയിലാണ്. അവരുമായിട്ടാണ് ഞാനെന്റെ വിചാരങ്ങൾ പങ്കുവയ്ക്കുന്നത്. ആരൊക്കെ എന്നും എന്നോടൊപ്പം ഉണ്ടായിരിക്കണം എന്നു ഞാനാഗ്രഹിച്ചോ അവരൊക്കെ എനിക്കു മുന്നേ പോയിരിക്കുന്നു. ഞാനതുകൊണ്ടിപ്പോൾ ആരേയും സ്നേഹിക്കാറില്ല."

അവനത് പറഞ്ഞു മുഴുമിപ്പിക്കാനായില്ല.

"അങ്ങനെയൊന്നും ചിന്തിക്കരുത്. നിന്നെ സ്നേഹിക്കുന്നവർ ഒരുപാട് പേരുണ്ട്. അവരുടെയൊക്കെ പ്രാർത്ഥനകളാണ് നിന്നെ ഇപ്പോഴും ജീവിപ്പിക്കുന്നത്"

"ആരുണ്ടായിട്ടെന്താ മാലൂ.., ചിലരുടെ അഭാവം അതാണെന്നെ പൊള്ളിക്കുന്നത്..."

അയാൾ തീവ്രമായ ഓർമ്മകളിൽപ്പെട്ട് ആടിയുലഞ്ഞു. സഹനത്തിന്റെ ഒരു ചെറിയ ഇടവേളയ്ക്കുശേഷം അയാൾ പറഞ്ഞുതുടങ്ങി.

"മാലൂ, നിനക്കോർമ്മയില്ലേ നമ്മുടെ ജൂനിയർ ഗരിഞ്ച - കുറുമ്പൻ

കുട്ടിയെ. അവനെന്തോരം പാവമായിരുന്നു. എന്റെ തകർച്ചയിലൊക്കെ താങ്ങായ് നിന്നത് അവനായിരുന്നു. നിന്റെ വിവാഹവാർത്തയറിഞ്ഞപ്പോൾ എന്നേക്കാൾ വേദനിച്ചത് അവനായിരുന്നു."

"മറക്കാൻ പറ്റ്വോ അവന്റെ ദുർമന്ത്രവാദിയെ?"

അവൾ അവരുടെ അവസാന സമാഗമത്തിന്റെ ആ രാത്രിയെക്കുറിച്ചോർത്തുപോയി.

"പിന്നീട് പലപ്പോഴും ഓർത്തു ചിരിച്ചിട്ടുണ്ടെങ്കിലും തീകൊണ്ടുള്ള ഒരു കളിയായിരുന്നു അത്. ആ റിസ്ക്കത്രയും അവൻ എനിക്കുവേണ്ടി ഏറ്റെടുക്കുകയായിരുന്നു."

അയാൾ ഒന്നു നിർത്തി. ശ്വാസമെടുത്തു.

"പക്ഷേ അവൻ പഠിച്ച ആഭിചാരക്രിയകളൊന്നും സ്വന്തം ജീവിതത്തിൽ അവനുതുണയായില്ല.

ആരാധനയുടെ പേരുപറഞ്ഞ് പിന്നാലെ കൂടിയ ഒരു പെൺകുട്ടി, പാഴായിപ്പോയ ഒരു പെനാൽറ്റി കിക്കുപോലെ അവന്റെ ജീവിതത്തെ പുറത്തേയ്ക്കടിച്ചു കളഞ്ഞു."

"അപ്പോൾ നമ്മുടെ ....?"

അവളറിയാതെ ഉള്ളൊന്നു പിടഞ്ഞു.

"അവൻ പഠനം പാതിവഴിയിൽ നിർത്തി ചെന്നെയിലേക്കു വണ്ടി കയറുംവരെ ഞാനുണ്ടായിരുന്നുകൂടെ. അവിടെ റെയിൽവേയിൽ പോർട്ടറായി ജോലി നോക്കിയെന്നും, ഇടനേരങ്ങളിൽ ചില ക്ലബ്ബുകൾക്കായി പന്തു തട്ടിയിരുന്നെന്നും പിന്നീട് ബാലുപറഞ്ഞാണറിഞ്ഞത്."

"നീ എന്നെ ശ്വാസം മുട്ടിയ്ക്കാതെ അവനെവിടെ ഉണ്ടെന്നു പറ"

അവൾക്ക് സങ്കടം വന്നു.

"മാലൂ.., മനപൂർവ്വം കളത്തിലേയ്ക്കു കയറിക്കളിച്ച് പരാജയം ഏറ്റുവാങ്ങിയ ഗോളിയാണ് ഹിഗ്വിറ്റ. ഹിഗ്വിറ്റയോടു പോലും ആരാധകർ ക്ഷമിച്ചു. എന്നാൽ, മനുഷ്യസഹജമായ ഒരു പിഴവിന് അവർ എസ്കോബാറിനുവിധിച്ച ശിക്ഷ മരണമായിരുന്നു. ഒറ്റപ്പെടലിന്റെ ഏകാന്തവും വിജനവുമായ രാത്രിയിൽ ഒറ്റയ്ക്കിരുന്ന് ഒരു വീഞ്ഞുഭരണി മുഴുവൻ മോന്തിത്തീർത്ത എസ്കോബാറിന്റെ നെഞ്ചുതുളച്ച വെടിയുണ്ട ആരാധകരുടെ ആഘോഷമായത് ലോകം സൗകര്യപൂർവ്വം വിസ്മരിച്ചു."

"കാൽപ്പന്തിന്റെ കളിനിയമങ്ങളൊന്നും എനിക്കുവശമില്ല. എനിയ്ക്കറിയാവുന്നത് കളിക്കളത്തിൽ കതിച്ചുപായുന്ന നമ്മുടെ കറമ്പൻ കുട്ടിയെ മാത്രമാണ്. നീ എന്നെ വീർപ്പുമുട്ടിക്കാതെ കാര്യംപറ."

അവൾ അക്ഷമകാട്ടി.

"കറമ്പൻ കുട്ടിയുടെയും അനുഭവം ഏതാണ്ട് അങ്ങനെതന്നെയായിരുന്നു. പെനാൽറ്റി ബോക്സിനുള്ളിൽ കമ്പനങ്ങൾ സൃഷ്ടിച്ച ആ കാലുകളിൽ പിന്നിൽനിന്നു ചവുട്ടി വീഴ്ത്തിയവർ പുതിയ താരോദയങ്ങളായ് ഓഫ് സൈഡിൽ കളിച്ചുകയറി. കളിക്കളത്തിലും ജീവിതത്തിലും അവനു ലഭിച്ചത് ഒരിയ്ക്കലും ഭേദമാകാത്ത പരിക്കുകളായിരുന്നു."

"എന്നിട്ട്...?"

"എവിടെയും വംശവെറിയുടെ വാരിക്കുഴികൾ അവനെ വീഴിച്ചു. ഇനി ഒരിയ്ക്കലും തന്റെ കാലുകളിൽ ബൂട്ടുകൊട്ടാനാവില്ലെന്ന അറിവ് അവന്റെ മനസ്സിന്റെ താളം തെറ്റിച്ചു. ഒടുവിൽ ചെന്നൈയിലെ ഒരു ചിത്തരോഗാസ്പത്രി അവനഭയം നൽകി."

"എന്നിട്ട് നീ അവനെ കണ്ടിരുന്നോ?"

അവളുടെ ശബ്ദം പതറിപ്പോയി.

"ഇല്ല. ഔദ്യോഗികാവശ്യങ്ങൾക്കായി ചെന്നൈയിലെത്തിയ ബാലുവും ലക്ഷ്മിയും വളരെ യാദൃച്ഛികമായിട്ടാണ് അവനെ അവിടെ കണ്ടെത്തുന്നത്. അവരാണ് ഇതത്രയും എന്നോടുപറഞ്ഞത്."

"പിന്നെന്തേ നീപോയികണ്ടില്ല.?"

അവൾ പരിഭവിച്ചു

"കാണാൻ തോന്നിയില്ല; മാലൂ ഈ അവസ്ഥയിൽ കാണേണ്ടതില്ലെന്നു ബാലുവും ലക്ഷ്മിയും വിലക്കി. അതാണു ശരിയും. എന്റെ മനസ്സിൽ ആ പഴയ ജൂനിയർ ഗരിഞ്ച ഇന്നും ജീവിച്ചിരിപ്പുണ്ട്, ദുർമന്ത്രവാദി കറമ്പൻകുട്ടിയും എനിയ്ക്കതുമതി."

"സത്യത്തിൽ എന്താണവനു സംഭവിച്ചത്?"

അവൾക്ക് അയാളുടെ വിശദീകരണത്തിൽ തൃപ്തിവന്നില്ല.

"കളിക്കളത്തിലെ പക. നട്ടെല്ലിനേൽപ്പിച്ചക്ഷതം, കാലുകൾ നീരുവന്നു വീർത്തു മുറിച്ചുമാറ്റുക മാത്രമാണ് പോംവഴി. തലച്ചോറിലേയ്ക്കുള്ള ചോരയോട്ടവും തടസ്സപ്പെട്ടിരിക്കുന്നു. ഈ അവസ്ഥയിൽ കൂടുതലൊന്നും ചെയ്യാനില്ലെന്ന് ഡോക്ടർ പറഞ്ഞു. ഇപ്പോഴും ജീവിച്ചിരിക്കുന്നതുതന്നെ വൈദ്യശാസ്ത്രത്തിന് ഒരത്ഭുതമാണത്രെ."

"ബാലു അവനെ വീണ്ടും കണ്ടിരുന്നോ?"

"കണ്ടിരുന്നു. ആശുപത്രിമുറ്റത്തെ പുല്ലിലൂടെ നീരുവന്ന് വീർത്തകാലുമായി ഒരുപന്തിനുപിന്നാലെ പായുന്നതായിരുന്നു ഒടുവിലത്തെ കാഴ്ച. ബാലുവിനോടുമാത്രം ഒരു വലിയ രഹസ്യം പങ്കുവയ്ക്കും പോലെ അവൻ പറഞ്ഞു."

"അറിഞ്ഞോ ഇന്നലെ രാത്രി സാക്ഷാൽ ഗരിഞ്ച എന്നെ കാണാൻ വന്നിരുന്നു. ഞങ്ങളീമൈതാനത്ത് ഒരുമിച്ചു പന്തുകളിച്ചു. പോകാൻ നേരത്ത് എനിയ്ക്കൊരു സമ്മാനവും തന്നു."

കറമ്പൻകുട്ടി തന്റെ ട്രൗസറിന്റെ പോക്കറ്റിൽ നിന്നും പൊടിഞ്ഞു തീരാറായ എന്തോഒന്നു പുറത്തെടുത്ത് അഭിമാനപൂർവ്വം ബാലുവിനെ കാണിച്ചു. ഒരു പഴയ ചുവപ്പുകാർഡായിരുന്നു അത്.

"ഇപ്പോൾ അവനെവിടെയാണുള്ളത്.? എനിയ്ക്കവനെ ഒന്നു കാണണമെന്നു തോന്നുന്നു."

അവൾ കരച്ചിലിന്റെ വക്കോളമെത്തി.

അയാൾ അവളോടുമറുപടി ഒന്നും പറഞ്ഞില്ല. പകരം, ജനാല തുറന്നിട്ട് പുറത്തേയ്ക്കു നോക്കി.

ആളൊഴിഞ്ഞ മൈതാനത്തിൽ എവിടെ നിന്നോ ഒരു വിസിൽ

മുഴങ്ങി. പെട്ടെന്ന് ഗാലറികൾ നിറഞ്ഞു. മൈതാന മധ്യത്തിലിപ്പോൾ ഇറ്റലിയും ഫ്രാൻസും ഫൈനൽ കളിക്കുകയാണ്. സിനദിൻ സിദാന്റെ മാന്ത്രികക്കാലുകൾ ഫ്രാൻസിനെ വിജയത്തിലെത്തിക്കും എന്ന് ഫുട്ബോൾ ലോകം സ്വപ്നം കാണുന്നു.

ആശുപത്രിയിലെ റിക്രിയേഷൻ ക്ലബ്ബിലിരുന്ന് കറമ്പൻകുട്ടിയും കളി കാണുകയാണ് . ഫ്രാൻസിന്റെ ഓരോമുന്നേറ്റത്തിനും സിദാൻ സിദാൻ.., എന്നു വിളിച്ച് അവൻ ആവേശം കൊള്ളുന്നുണ്ട്. പക്ഷേ, പെട്ടെന്ന് ഫുട്ബോളിന്റെ ആകാശത്തെ സൂര്യൻ കെട്ടുപോയി. നിറയെ അന്ധകാരം പടർന്നു.

ഓർക്കാപ്പുറത്ത് ഇറ്റാലിയൻ ഡിഫന്റർ മറ്റരാസിയുടെ നെഞ്ചിൽ സിദാന്റെ ഒരു ഊക്കൻ ഹെഡ്ഡർ. മറ്റരാസി ഇടി കൊണ്ടുപിന്നാക്കം മറിഞ്ഞു. സിദാനാകട്ടെ ഒന്നുംസംഭവിക്കാത്തതുപോലെ അക്ഷോഭ്യനായി നിലകൊണ്ടു. റഫറി ചുവപ്പുകാർഡ് പുറത്തെടുത്ത് സിദാന് പുറത്തേയ്ക്കുള്ള വഴികാണിച്ചു. സിദാനില്ലാത്ത ഫ്രാൻസ് പെനാൽറ്റി ഷൂട്ടൗട്ടിൽ 5-4 ന് തോറ്റു.

സ്വയം നിയന്ത്രിക്കാനാവാതെ കറമ്പൻ കുട്ടി കണ്ണിൽ കണ്ടതെല്ലാം തച്ചുതകർത്തു.

"മറ്റരാസി, ആ തെണ്ടി കാൽപ്പന്തിന്റെ കളിനിയമം തെറ്റിച്ചു. സിദാനെ വംശീയമായി അവൻ അധിക്ഷേപിച്ചു. കളിച്ചുജയിക്കുന്നതാണാണത്തം. വെള്ളക്കാരന്റെ ചോരയിൽ അതില്ല. അവന്റെ നെഞ്ചിടിച്ചു കലക്കുകയല്ല തലയടിച്ചുതകർക്കുകയാണ് വേണ്ടിയിരുന്നത്."

പിന്നെ കുറേ സമയത്തേയ്ക്ക് കറമ്പൻ കുട്ടി നിശ്ശബ്ദനായിരുന്നു. ഒടുവിൽ ആരുടേയും സഹായമില്ലാതെ അവൻ സെല്ലിലേയ്ക്കു നടന്നു.

പിറ്റേന്ന് സെല്ലുതുറക്കാനെത്തിയ ജോലിക്കാർ കണ്ടത്, കാഴ്ചക്കാരുടെ ഹൃദയമിടിപ്പിന്റെ താളം തെറ്റിച്ച, അവന്റെ ഒരു പതിവു സിസർ കട്ടുപോലെ കറമ്പൻ കുട്ടി വെന്റിലേറ്ററിൽ തലകീഴായി തൂങ്ങിനിന്നാടുന്നതായിരുന്നു.

മാലിനിയ്ക്കു ശ്വാസം നിലച്ചതു പോലെ തോന്നി.

അയാൾ, പുറത്തെ നോട്ടം പിൻവലിച്ചില്ല.

ആ രാത്രിയിലും ആളൊഴിഞ്ഞ പുൽമൈതാനത്ത് രണ്ടുകുട്ടികൾ കാൽപ്പന്തുതട്ടിക്കളിക്കുന്നത് അവൻ ശ്രദ്ധിച്ചു.

അതിലൊന്ന് ഗരിഞ്ചയും

മറ്റത്, കറമ്പൻ കുട്ടിയുമായിരുന്നു.

7

ഖരാക്ഷരങ്ങൾ

മാലിനി കുറച്ചുകൂടി അയാളിലേയ്ക്കു ചേർന്നു നിന്നു. തൊണ്ടയിൽ തടഞ്ഞ ഗദ്ഗദം അവളുടെ നിശ്വാസങ്ങളെ മന്ദഗതിയിലാക്കി.

"നിന്നെ സമാധാനിപ്പിക്കാൻ എനിക്കു വാക്കുകളില്ല"

അവൾ വിമ്മിഷ്ടപ്പെട്ടു.

"എല്ലാ നഷ്ടങ്ങളോടും ഞാൻ പൊരുത്തപ്പെട്ടു കഴിഞ്ഞു മാലൂ. ഞാൻ പറഞ്ഞല്ലോ സ്നേഹിക്കുന്നവരെ ഓരോരുത്തരെയായി ഞാനിപ്പോൾ ഒഴിവാക്കിക്കൊണ്ടിരിക്കുകയാണ്."

"ശരിയാണ്. അതുകൊണ്ടായിരിക്കണം കാലദൈർഘ്യം കൊണ്ടും കാത്തിരിപ്പുകൊണ്ടും നീണ്ട ഇരുപതുവർഷങ്ങൾ പിന്നിട്ട എന്നെ ആ റെയിൽവേ പ്ലാറ്റ് ഫോമിൽ തനിച്ചു നിർത്തി ഒരുവാക്കുപോലും പറയാതെ നീ പോയത്. നെഞ്ചു നുറുങ്ങുന്ന വേദനയാണ് ഞാനന്നനുഭവിച്ചത്. എങ്കിലും എന്നെയും ഒഴിവാക്കിപോകാൻ നിനക്കു കഴിഞ്ഞല്ലോ?"

അവൾ സങ്കടം ഉള്ളിലടക്കി.

"എന്നെ മനസ്സിലാക്കുന്നതിൽ നീയും പരാജയപ്പെട്ടു എന്നു ഞാൻ തിരിച്ചറിയുന്നത് അതുകൊണ്ടാണ്. സത്യത്തിൽ ഞാൻ മുംബൈയിൽ വണ്ടിയിറങ്ങുന്നതുതന്നെ നിന്നെ കാണാം എന്ന പ്രതീക്ഷയിലാണ്. അതിന് ഉജ്വൽ ഒരു നിമിത്തമായി വന്നു എന്നു മാത്രം.

തിരുവനന്തപുരം ബ്രിട്ടീഷ് ബാങ്കിൽ ജോലിനോക്കുമ്പോൾ മുതലുള്ള പരിചയമാണ് ഉജ്വലിനെ.

ഒരു വരി കവിതപോലും എഴുതിയിട്ടില്ല.

ഒരു മൂളിപ്പാട്ടുപോലും പാടികേട്ടിട്ടില്ല.

ഒരു സിനിമക്കാരുടെയും സൗഹൃദവലയത്തിൽ പെട്ടിട്ടില്ല;

എന്നിട്ടും, കവിതയെയും സംഗീതത്തെയും, സിനിമയെയും ഒരു

പ്രണയിനിയെപ്പോലെ ഉജ്വൽ സ്നേഹിച്ചു. അതു മാത്രമായിരുന്നു ഞങ്ങൾ തമ്മിലുള്ള ബന്ധം."

"എന്നിട്ട്, നീ എന്നെ അന്വേഷിച്ചോ, ഇല്ലല്ലോ?"

അവൾ ഇടയ്ക്കു കയറി ഇടപെട്ടു.

"സ്വീകരണങ്ങൾക്കു നിന്നു കൊടുക്കുമ്പോഴും എന്റെ മനസ്സ് ആരവങ്ങളിൽ നിന്നൊഴിഞ്ഞ് ആൾക്കൂട്ടത്തിനിടയിലൂടെ അലഞ്ഞു തിരിയുകയായിരുന്നു. എവിടെ നിന്നെങ്കിലും ഒരു നോട്ടം പാളി വീഴുന്നുണ്ടോ എന്ന്, പരിചയപ്പെടാനെത്തിയവരുടെയും ഓട്ടോഗ്രാഫ് വാങ്ങാനെത്തിയവരുടെയും മുഖങ്ങൾക്കിടയിൽ എവിടെയെങ്കിലും നീയുണ്ടോ എന്നു പരതി. പുഞ്ചിരിതൂകുന്ന ഓരോ പെൺമുഖത്തിലും, ഞാൻ നിന്റെ രൂപം തിരഞ്ഞു. പൂത്തുലഞ്ഞ മുല്ലക്കാടുകൾക്കിടയിൽ നിന്നും ഒരു ഇലഞ്ഞിപ്പൂവിന്റെ ഗന്ധം വേറിട്ടുനിൽക്കുന്നുണ്ടോ എന്നു ശ്രദ്ധിച്ചു.

പക്ഷേ, ഒന്നുമുണ്ടായില്ല.

എന്റെ കാത്തിരിപ്പ് വ്യർഥമാണെന്നും,

നഷ്ടപ്പെട്ടതൊന്നും വീണ്ടെടുക്കാനാവില്ലെന്നും തിരിച്ചറിഞ്ഞപ്പോഴാണ് ഇനി ഒരു വരിപോലും എഴുതില്ല എന്നു പ്രഖ്യാപിച്ച് ഞാൻ എന്നോടുതന്നെ പ്രതികാരം ചെയ്തത്"

പറഞ്ഞു നിർത്തിയപ്പോഴേക്കും അയാൾ നന്നേ കിതച്ചു.

"അതേ, പിറ്റേന്നത്തെ പത്രത്തിൽ ആ വാർത്ത കണ്ടപ്പോൾ ഞാൻ നടുങ്ങിപ്പോയി. നിന്നെ നേരിട്ടുകാണണം എന്ന് ഉറപ്പിച്ചതിന്റെ കാരണം അതുംകൂടിയായിരുന്നു. സർഗ്ഗചൈതന്യം അതിന്റെ ഏറ്റവും ഉയർന്ന ശിഖരത്തിൽ പൂവിട്ടുനിൽക്കുമ്പോഴാണ് നിന്റെ പിന്മാറ്റം. അതിനു കാരണം ഞാൻ മാത്രമാണോ?"

"അതുമാത്രമായയിരുന്നില്ല മാലൂ... ഒരു തരം മടുപ്പ് അത്രതന്നെ. ആർക്കും വേണ്ടാത്ത കുറെ സങ്കടങ്ങൾ, കീറിപ്പറിഞ്ഞ കുറെ സ്വപ്നങ്ങൾ, ജീവിതത്തിലൊരിക്കലും പ്രയോജനപ്പെട്ടിട്ടില്ലാത്ത കുറെ അറിവുകൾ. പിന്നെ എന്തിനുവേണ്ടി? ആർക്കുവേണ്ടി? എഴുതണം. ആത്മനൊമ്പരങ്ങളുടെ ശമനത്തിനാണെങ്കിൽ ആത്മഹത്യയല്ലേ എഴുത്തിനേക്കാൾ നല്ല വഴി."

"നിന്റെ എഴുത്തിന്റെ പ്രസക്തിയും പ്രാധാന്യവും തീരുമാനിക്കേണ്ടത് നീയല്ല; വായനക്കാരാണ്"

അവളവനെ തിരുത്താൻ നോക്കി.

"എന്തോ എനിയ്ക്കറിയില്ല. ഉന്നം പിടിച്ച ഒരമ്പ് തന്നിലേയ്ക്കുതന്നെ തിരിച്ചുവരുമ്പോൾ ഒഴിഞ്ഞു മാറാനാവുന്നില്ല." അവൻ സ്വയംശപിച്ചു.

"അപ്രതീക്ഷിത ദുരന്തങ്ങൾ ഒളിപ്പിച്ചുവച്ചാണ് ജീവിതം നമ്മെ പ്രലോഭിപ്പിക്കുന്നതെന്ന് ചില്ലക്ഷരങ്ങളിൽ നീ എഴുതിയിട്ടില്ലേ?"

അവൾ ഓർമ്മപ്പെടുത്തി.

"ശരിയാണ്. പക്ഷേ, വേരറ്റുവീണ തണൽമരങ്ങൾ, പ്രണയത്തിന്റെ പവിഴപ്പുറ്റുകൾ കാണിച്ചു മോഹിപ്പിച്ച നീ, പാതി വഴിതീരും മുന്നേ വഴിമാറി നടന്ന സഹയാത്രിക, നെഞ്ചിൽ നിലവിളക്കായ് തെളിഞ്ഞ സൗഹൃദങ്ങൾ,

അങ്ങനെ ഒന്നൊന്നായി നഷ്ടപ്പെടുമ്പോൾ ജീവിതം ഒരു തരിശുപാടം പോലെ വിണ്ടുകീറും."

അവൻ നിരാശ മറച്ചുവച്ചില്ല.

"എനിയ്ക്കറിയാവുന്ന നീ ഇങ്ങനെയൊന്നും ആയിരുന്നില്ല. ഏതുകടൽക്ഷോഭത്തെയും നേരിടാനുള്ള കരുത്തും, ഏതു കൊടുങ്കാറ്റിനെയും പിടിച്ചുകെട്ടാനുള്ള ധീരതയും നിനക്കുണ്ടായിരുന്നു. നിന്റെ ആദ്യകാല രചനകളിലൊക്കെ അതുണ്ടായിരുന്നു. 'വിശപ്പിന്റെ വില്ലുകുലയ്ക്കുന്ന വാക്കുകൾ കൊണ്ട് വിപ്ലവത്തിന്റെ അരണി കടയുന്ന എഴുത്തുകാരൻ' എന്ന് ഒരു പ്രമുഖനിരൂപകൻ പ്രഖ്യാപിച്ചത് നീ മറന്നോ"

അവളയാളുടെ തീഷ്ണ യൗവ്വനത്തെ തിരിച്ചുപിടിക്കാൻ ശ്രമിച്ചു.

"ഒന്നും ഞാൻ നിഷേധിക്കുന്നില്ല, ഒന്നുറങ്ങിത്തെളിയുമ്പോഴേക്കും വസന്തം വരും എന്നു പ്രതീക്ഷിച്ചുലഞ്ഞ കാലം. നെരൂദയും ബഞ്ചമിൻ മൊളോയ്സും ഹൃദയമിടിപ്പിന്റെ താളമായപ്പോൾ എഴുത്തിൽ തീപടർന്നു. പക്ഷേ"

"എന്തേ നിർത്തിക്കളഞ്ഞത്. ആഗ്രഹിച്ചതൊക്കെ ചെയ്തു തീർന്നോ - അതോ എല്ലാറ്റിൽ നിന്നും ഒളിച്ചോടാൻ തീരുമാനിച്ചോ?"

അയാൾ അല്പനേരത്തേയ്ക്ക് ഒന്നും പറഞ്ഞില്ല. പിന്നെ ആരും കേൾക്കാതിരിക്കാനെന്നവണ്ണം തീരെ പതിയെ അവളോടുമാത്രം പറഞ്ഞു.

"ആരോടും ഉത്തരം പറയാൻ ഞാൻ ബാധ്യതപ്പെട്ടിട്ടില്ല; പക്ഷേ, എന്നോടുതന്നെ പറയാനുള്ള ഉത്തരം കണ്ടെത്താനായിരുന്നു എന്റെ ശ്രമം. ചോദ്യംചെയ്യാനും ഉത്തരം തേടാനും ഇപ്പോഴും പലതും ബാക്കിയാണ്. മാലൂ എന്നെ ഏറ്റവുമധികം വേട്ടയാടിയത് ഞാൻ കണ്ട ഏറ്റവും വലിയ വിപ്ലവകാരി, നക്സൽബാരിയിലെ ഒറ്റമുറിവീട്ടിൽ സീലിംഗ് ഫാനിൽ ജീവിതം അവസാനിപ്പിക്കുമ്പോൾ, അദ്ദേഹം അനുഭവിച്ച ആത്മവ്യഥ എന്തായിരിക്കും എന്നതാണ്. അതുപോലെ പറയാൻ എത്ര എത്രപേരുകൾ, പൊരുതി ത്തോറ്റവരും, ജീവിതം തല്ലിക്കെടുത്തിയവരും എത്രയോ പേർ. അക്ഷരങ്ങൾക്കു വഴങ്ങുന്നതല്ല അവരുടെ ജീവിതങ്ങൾ."

"പിന്നെന്തുകൊണ്ടാണീ നിസ്സംഗത. അക്ഷരങ്ങളിൽ ഒരിയ്ക്കൽക്കൂടി അഗ്നിപടർത്താൻ നിനക്കാവും വായനക്കാർ അതു പ്രതീക്ഷിക്കുന്നു."

"ഇല്ല മാലൂ, എഴുത്തിലേയ്ക്ക് ഇനി ഒരു തിരിച്ചുപോക്കില്ല. കൈപൊള്ളുന്ന ഒന്നിനേയും തൊടാതെ പോവാൻ പുതിയ തലമുറയ്ക്കറിയാം. അവരെഴുതട്ടെ അതുമതി"

അവൾ പിന്നെ അയാളോട്ടുതർക്കിക്കാൻ നിന്നില്ല. ഉള്ളിലൊരഗ്നിപർവ്വതം പുകയുന്നതുപോലെ അയാളുടെ മുഖം വലിഞ്ഞു മുറുകിയിരുന്നു. സന്ദർഭത്തിന് ഒരു അയവുവരുത്താനെന്നവണ്ണം അവൾ പറഞ്ഞു.

"ഇനി നമുക്ക് കിടക്കാം നേരം ഒരുപാടായിരിക്കുന്നു. അല്പമെങ്കിലും ഉറങ്ങണ്ടേ?"

"നീ മടുത്തു അല്ലേ മാലൂ"

"അതുകൊണ്ടല്ല നിന്റെ ആരോഗ്യം നോക്കണം. എല്ലാം ഈ

ഒറ്റ രാത്രികൊണ്ടുപറഞ്ഞു തീർക്കാൻ നാളെ ലോകാവസാനം ഒന്നുമല്ല ല്ലോ?"

"ലോകം അവസാനിക്കുമോ, ഇതുപോലെ തന്നെ തുടരുമോ എന്നൊന്നും എനിക്കതിട്ടമില്ല. പക്ഷേ ഒന്നെനിക്കറിയാം എനിക്കീ രാത്രികൂടിയേ ബാക്കി ഉള്ളൂ...!"

"ഒന്നും സംഭവിക്കില്ല, നീ എന്നും ഇവിടെ, എന്റടുത്തുണ്ടാവും. കൈ വിട്ടുപോയ ഒരു കാലത്തെ തിരിച്ചുപിടിച്ച്, ഒടുവിൽ മൂത്തുനരയ്ക്കും വരെ..! നമ്മൾ ഒന്നിച്ച്.....!"

"മരണംവരെ എന്നോടൊപ്പം എന്ന് മുൻപും വാഗ്ദാനം ചെയ്തവളല്ലേ നീ. ചിലപ്പോൾ ചില പാഴ്വാക്കുകളായിരിക്കും ശരിയായി സംഭവിക്കുക. അതുകൊണ്ട് ഈ രാത്രി നമുക്ക് ഉറങ്ങാതിരിക്കാം. അല്ലെങ്കിലൊരുപക്ഷേ, നാളെ നിനക്കു ദു:ഖിക്കേണ്ടിവരും"

"ഓ, ഞാൻ സഹിച്ചു. ഇതാ നിന്റെ കുഴപ്പം വേണ്ടാത്ത തൊക്കെ ഓർത്തുകൂട്ടി സ്വയം ചിതയൊരുക്കി അതിൽ എരിഞ്ഞു തീരുക."

"ശരിയായിരിക്കാം. പ്രത്യേകിച്ച് അവസാന വിധിക്ക് തൊട്ടുമുൻപ്, അടക്കിപ്പിടിച്ച സങ്കടങ്ങളുടെ കെട്ടഴിച്ച് ഒന്നു പൊട്ടിക്കരയാനോ, വന്യ മായ ഉന്മാദലഹരിയിൽ ഒന്നു പൊട്ടിച്ചിരിയ്ക്കാനോ ഉള്ള ഉൾപ്രേരണ, അതിനെ തടഞ്ഞു നിർത്തുക വയ്യ."

അയാൾ വിശദീകരിക്കാൻ ശ്രമിച്ചു.

"ഇപ്പോൾ, ഇവിടെ ഞാനും നീയും എന്ന യാഥാർത്ഥ്യം മാത്രം. വേണ്ടാ ത്ത ഓർമ്മകൾക്ക് വിടപറയുക."

"ഇല്ല മാലൂ, എനിയ്ക്കിനി മറ്റൊരു ജന്മം സാധ്യമല്ല"

"എല്ലാം നീ തിരുമാനിച്ചുറപ്പിച്ചോ, എങ്കിൽപ്പിന്നെ എന്തിനായിരുന്നു പിന്നീടുള്ള ഈ കണ്ടുമുട്ടലുകൾ? എന്റെ ഓർമ്മകളിൽ ആളൊഴിഞ്ഞ ആ പ്ളാറ്റ്ഫോമും, പ്രതീക്ഷകളെ ചതച്ചരച്ചുപോയ ആ തീവണ്ടിയും ധാരാളം മതിയായിരുന്നു."

"മാലൂ, അന്ന് മുംബൈയിൽ ഞാൻ നിന്നെ തനിച്ചാക്കിപോയതിനും, പിന്നീട് ഞാൻ നിന്നെ അന്വേഷിച്ചുകണ്ടെത്തിയതിനും, ഇന്ന് ഈ അപ്ര തീക്ഷിത സന്ദർശനത്തിനും എല്ലാം പിന്നിൽ എന്റെ സ്വാർഥതമാത്രമായി രുന്നു. നിന്റെ ചോദ്യങ്ങൾക്കെല്ലാം ഒരൊറ്റ ഉത്തരമേ എന്റെ കയ്യിലുള്ളൂ. നിന്നോടുള്ള ഭ്രാന്തമായ പ്രണയം"

അവളുടെ ഉള്ളിൽ ഒരു മഴചാറിപ്പെയ്തു.

"നീ എന്നെക്കാണുമ്പോൾ ഓടിവരുമെന്നും, എന്നെ ചേർത്തുപിടിക്കു മെന്നും ഞാൻ പ്രതീക്ഷിച്ചിരുന്നു. പക്ഷേ"

അവൾ നിരാശ മറച്ചുവച്ചില്ല

"അത് മനപൂർവ്വമായിരുന്നു. ഇന്നിപ്പോൾ നിനക്കതു മനസ്സിലായേക്കും"

"പിന്നീട് നീ എന്നെ അന്വേഷിച്ചുവന്നെങ്കിലും ആ ദിവസം എന്റെ ഉള്ളിൽ കല്ലിച്ചുകിടന്നിരുന്നു. അതുകൊണ്ടു തന്നെ ഒരു പ്രതികാരം ചെയ്യും പോലെയാണ് ഞാൻ നിന്നെ സ്വീകരിച്ചത്."

'എനിയ്ക്കത് തുറന്നുപറയണം എന്നുണ്ടായിരുന്നു മാലൂ. പക്ഷേ, നീ ചോദിച്ചതുമില്ല. പറയാനൊരവസരം ഒത്തുവന്നതുമില്ല. ഞാൻ പോയതിന് കാരണമുണ്ടായിരുന്നു.

ഒടുവിൽ അവളുടെ നിർബന്ധത്തിനുവഴങ്ങി അയാൾ ആ രാത്രിയുടെ ഓർമ്മകൾ അവളുമായി പങ്കിട്ടു.

"ലോക്കണ്ട് വാലാ ഹൗസിംഗ് സെക്ടറിലെ ഉജ്ജ്വലിന്റെ ഫ്ളാറ്റിലായിരുന്നു താമസം. അയാളുടെ വരവുപ്രമാണിച്ച് സൗഹൃദങ്ങളെല്ലാം ഒത്തുകൂടിയ രാവ്. സഫറുള്ളാഖാൻ, നാസ്സറുദ്ദീൻ, ജോസഫ്, നന്ദകുമാർ അങ്ങനെ കവിതയുടെയും സംഗീതത്തിന്റെയും കാമുകന്മാർ. ജീവിതം ഏല്പിച്ച പരിക്കുകളിലും പ്രാരാബ്ധങ്ങളിലും പരാജയങ്ങളിലും ആടിയുലഞ്ഞിട്ടും സംഗീതത്തെ കൈയൊഴിയാത്തവർ. അവർ പാട്ടുപാടിയും പൊട്ടിക്കരഞ്ഞും കെട്ടിപ്പിടിച്ചും ആ രാത്രിയെ വികാരഭരിതമാക്കി."

'ഒ ദുനിയാ കേ രഹ് വാലേ
സുന ദര്ദ്ഭരേ മേരേ നാലേ'

'പ്രപഞ്ചത്തിന്റെ രക്ഷകനായ ദൈവമേ നി വേദനയേറിയ വിലാപങ്ങൾ ശ്രദ്ധിക്കുക.'

പ്രാണഞരമ്പുകൾ വരിഞ്ഞുമുറുകി, കണ്ണുകൾ നിറഞ്ഞു തുളുമ്പി, റാഫിയുടെ ഗംഭീരനാദത്തെ തന്റെ ചിലമ്പിച്ച തൊണ്ടയിലേക്കു പരാവർത്തനം ചെയ്തുകൊണ്ട് നാസ്സറുദ്ദീൻ പാടുകയാണ്.

ചില്ലുഗ്ലാസ്സുകളിൽ മദ്യം നിറഞ്ഞുപൊന്തി.

അയാൾ അവ അന്തരീക്ഷത്തിലുയർത്തിപ്പിടിച്ചുപറഞ്ഞു.

"പരാജിതരുടെ ഈ രാത്രിയിൽ ഈ പാനപാത്രങ്ങൾ നിറഞ്ഞൊഴിയട്ടെ..."

അന്തരീക്ഷത്തിൽ അവ കണ്ടു മുട്ടി...

"ചിയേഴ്സ്..."

"സുനദര്ദ് ഭരേ മേരേ നാലേ"

നാസ്സറുദ്ദീന്റെ ശബ്ദം തരളമായി...

"ഞാനന്നു കണക്കില്ലാതെ കുടിച്ചു. മധുചഷകം കണക്കില്ലാതെ ഒഴിയുകയും നിറയുകയും ചെയ്തു. നിന്നെ കണ്ടെത്താനാവാത്തതിന്റെ നിരാശയായിരുന്നു മനസ്സുനിറയെ. ആരും ഒന്നും അറിയാതിരിക്കാനായി മദ്യം മുഴുവൻ കുടിച്ചുവറ്റിച്ചു. അവസാന തുള്ളിയും ഹൃദയത്തിലേയ്ക്കിറ്റിച്ചു വീഴ്ത്തിയപ്പോൾ -

ശരീരം വലിഞ്ഞു മുറുകി, ഉള്ളിൽ തടയണകെട്ടിയ പ്രളയജലം എല്ലാം തകർത്ത് കുതിച്ചെത്തി. ഒടുവിൽ വാഷ്ബേസിനിലേയ്ക്ക് ഉള്ളിൽ നിന്നൊരു തിരകുതിച്ചു ചാടി. നിറയെ കട്ടപിടിച്ച ചോരയുടെ കറുത്ത കടൽ. പരമാവധി വെള്ളം തുറന്നു വിട്ട്, വായും മുഖവും കഴുകി ഒന്നുംസംഭവിക്കാത്തതുപോലെ ഞാൻ കിടക്കയിലേക്കു ചാഞ്ഞു."

"നയ്യനാ സാങ് തൂഫാൻ ബനായാ
മിലൻ കെ സാത് ജ്ജുഡായി
ഓ ലുട്ഗയി മേരേ പ്യാർ കി നഗ്രി
ആബ്ട്ടു നീർ ബഹാലേ..."

എന്റെ സ്നേഹത്തിന്റെ ലോകം കൊള്ളടിച്ചിരിക്കുന്നു. ഇപ്പോഴെങ്കിലും കരയുക...

ഇപ്പോഴെങ്കിലും കരയുക...

8

ആവർത്തനങ്ങൾ

പിറ്റേന്ന്, അതിരാവിലെ തന്നെ ഞാൻ ഉറക്കമുണർന്നു. പരിപാടികൾ വെട്ടിച്ചുരുക്കി അന്നുതന്നെ നാട്ടിലേയ്ക്കു പോകുവാനുള്ള ഒരുക്കങ്ങൾ പൂർത്തിയാക്കി. ഉജ്വൽ ആരെയൊക്കെയോ വിളിച്ചു പറഞ്ഞ് ഒരു ബർത്ത് തരപ്പെടുത്തി. ഏസി പറ്റാത്തതുകൊണ്ട് സ്ലീപ്പർ ക്ലാസ്സ് മതിയായിരുന്നു. തലേ ദിവസത്തെ സംഭവങ്ങളൊന്നും ആരോടും പറഞ്ഞില്ല. പോകേണ്ട അത്യാവശ്യം ഉണ്ടെന്നു മാത്രമേ സൂചിപ്പിച്ചുള്ളൂ.

"ഷവറിനു കീഴിൽ നിന്നപ്പോൾ വെള്ളത്തോടൊപ്പം കണ്ണീരും കുത്തിയൊലിച്ചു. 'എനിക്ക് മഴയത്ത് നടക്കാനാണിഷ്ടം, ഞാൻ കരയുന്നത് ആരും കാണുകില്ലല്ലോ' എന്നു പറഞ്ഞ ചാപ്ളിനെ ഓർമ്മ വന്നു അപ്പോൾ. ഞാൻ കുളിച്ചിറങ്ങിയപ്പോഴേക്കും ഉജ്വലും റെഡിയായിരുന്നു. വണ്ടിയെടുത്ത് നേരെ റെയിൽവേസ്റ്റേഷനിലേക്ക്. വഴി നീളെ ഉജ്വൽ എന്തൊക്കെയോ പറയുന്നുണ്ടായിരുന്നു. ഞാൻ സ്വന്തം ഉള്ളിലേയ്ക്കുതന്നെ നോക്കിയിരുന്നു.

നീയില്ലാത്ത ഈ നഗരം ഇന്നു മുതൽ എനിയ്ക്കന്യമാണ്. ഗസലുകളുടെ തരള സംഗീതമോ, മുല്ലപ്പൂമണമുള്ള തെരുവുകളോ എന്നെ ആകർഷിക്കുന്നില്ല. നീ ആത്മാർത്ഥമായി ആഗ്രഹിച്ചിരുന്നെങ്കിൽ ഒരിക്കൽ, ഒരിക്കൽ മാത്രമെങ്കിലും ഒന്നു കാണാമായിരുന്നു. ഇനി ഒരു പക്ഷേ ഈ നഗരത്തിലേക്ക് ഒരു തിരിച്ചു വരവേ ഉണ്ടാകാനിടയില്ല. രോഗം അതിന്റെ വിശ്വരൂപം പ്രകടിപ്പിച്ചിരിക്കുന്നു."

വണ്ടി റെയിൽവേ സ്റ്റേഷനുമുന്നിൽ നിർത്തി. അയാൾ കാറിൽ നിന്നിറങ്ങി. ഒപ്പം ഇറങ്ങാൻ ശ്രമിച്ച ഉജ്വലിനെ നിർബന്ധപൂർവ്വം തിരിച്ചയയ്ക്കുകയായിരുന്നു. ഇപ്പോഴാവശ്യം അല്പം ഏകാന്തതയാണ്.

അയാൾ ഒന്നാമത്തെ പ്ളാറ്റ്ഫോമിലേക്കു നടന്നു. ബുക്ക് സ്റ്റാളിൽ നിന്നും ഒന്നുരണ്ട് ഇംഗ്ളീഷ് പുസ്തകങ്ങളും ചില വീക്കിലികളും വാങ്ങി. അവ ഭദ്രമായി സഞ്ചിയിൽ നിക്ഷേപിച്ചു. ഒന്നിലും മനസ്സുറയ്ക്കുന്നില്ല.

ന്യൂസ് സ്റ്റാൻഡിൽ തൂക്കിയിട്ടിരിക്കുന്ന പത്രങ്ങളുടെ ഫ്രണ്ട് പേജിൽത്തന്നെ ഫോട്ടോയും വാർത്തയുമുണ്ട്. വാങ്ങാൻ തോന്നിയില്ല. അടുത്ത ഷോപ്പിൽ നിന്നും ഒരു ഉപ്പുസോഡാ കുടിച്ചു. ക്ഷീണം ശരീരത്തെ തളർത്തിക്കളയുന്നു. എവിടെയെങ്കിലും ഒന്നിരിയ്ക്കണം. വണ്ടി ഏത് പ്ളാറ്റ്ഫോമിലാണ് എത്തിച്ചേരുക എന്ന് ഇതുവരെ അറിയിപ്പ് വന്നിട്ടില്ല. എന്തായാലും ഒന്നിൽത്തന്നെ ഇരിയ്ക്കാം.

അയാൾ അനൗൺസ്മെന്റ് ബോക്സിനു താഴെയുള്ള ചെയറിൽത്തന്നെ ഇരുന്നു. മറ്റൊന്നും ചെയ്യാൻ ഇല്ലാത്തതിനാൽ അയാൾ തന്റെ തന്നെ ഉള്ളിലേക്കു കുഴിച്ചു കുഴിച്ചു പോയി.

'ഈ ജീവിതത്തെ എന്തിനോടാണ് ഉപമിക്കുക. അസ്ഥിയിൽ നിന്നും വേർപെട്ട ഒരു മാംസക്കഷണം പോലെ ചോരയിറ്റുന്ന ഒന്ന് എന്ന് ഉപമിക്കാമോ എന്നറിയില്ല; പക്ഷേ എന്റെ ജീവിതത്തെ അങ്ങനെ ഉപസംഹരിക്കാം. തിരസ്ക്കാരങ്ങളുടെ കയ്പ്പ് ഒരു അരുചി അല്ലെന്നും, കുടിച്ചു വറ്റിക്കും തോറും വീര്യം കൂടുന്ന വീഞ്ഞാണെന്നും ഞാൻ അറിഞ്ഞിരിക്കുന്നു. പ്രണയത്തിന്റെ പറുദീസയിൽ നിന്നും പുറത്താക്കപ്പെട്ടപ്പോഴൊക്കെ ദാരിദ്ര്യത്തിന്റെ വില ഞാനറിഞ്ഞു. ഉള്ളം കാലു വെന്ത നായെപ്പോലെ നാടലഞ്ഞപ്പോൾ തോളിൽ തൊട്ട് ആശ്വസിപ്പിക്കാൻ ആരും ഉണ്ടായില്ല. പകലും രാത്രിയും തുറന്നിരിക്കുന്ന മദ്യശാലയിൽ അഭയം തേടിയത് അങ്ങനെയാണ്. അന്ന് അതിന്റെ ക്ഷാത്രവീര്യത്തിന്റെ ഓജസ്സും തേജസ്സും ഞാനാസ്വദിച്ചു. ഇണങ്ങിയും പിണങ്ങിയും, ഒഴുകിയും നിലച്ചും, ഉച്ചത്തിലും മന്ദതയിലും, വിയർപ്പിലും വിഴുപ്പിലും, മുഴുകി അലഞ്ഞ കാലം. അതൊരു പരിഹാരമായിരുന്നില്ലെങ്കിലും, ഒരുങ്ങിയിറങ്ങിയ ആത്മഹത്യയ്ക്കുതിരിടാൻ അതു ധൈര്യം തന്നു.'

ഭൂതകാലത്തിന്റെ കുപ്പിച്ചില്ലുകൾക്കിടയിലൂടെ സഞ്ചരിക്കുമ്പോൾ, ഇപ്പോഴല്പം അകത്താക്കിയെങ്കിൽ എന്നയാളോർത്തു. പിന്നെ മനസ്സിനെ ശാസിച്ചു. ഡോക്ടർമാരുടെ നിർദ്ദേശപ്രകാരമുള്ള കാലാവധി കഴിയുകയാണ്. ഏതെങ്കിലും തീവണ്ടിയാപ്പീസിൽ അനാഥശവമായി കിടക്കേണ്ടി വരിക....?

അതിനെക്കുറിച്ചുതന്നെ ഓർത്തോർത്തിരിക്കെ അയാൾ ഉറങ്ങിപ്പോയി. ഉറക്കത്തിൽ അയാൾ ഒരു സ്വപ്നം കണ്ടു.

'ഇതുവരെ കാണാത്ത വഴികളിലൂടെയൊക്കെ സഞ്ചരിക്കുകയാണയാൾ. പച്ചവെള്ളത്തിനു തീപിടിക്കുന്ന നദിയിലൂടെ, ഇടിമിന്നലുകളുടെ കൈപിടിച്ച്, കമ്പിളി നാരകങ്ങൾ ചാഞ്ഞുകിടക്കുന്ന ഇടവഴിയിലൂടെ എങ്ങോട്ടോ നിശ്ചയിച്ചുറപ്പിച്ച ഒരു യാത്ര.

ആ യാത്ര അവസാനിച്ചത് കൈവരിയില്ലാത്ത ഒരു പാലത്തിനു നടുക്കാണ്. താഴെ കലങ്ങി മറിഞ്ഞ് ഒഴുകുന്ന പുഴ.ആറ്റുവഞ്ചിയിൽ നിന്നും പൊട്ടിമുളച്ച കാറ്റിൽ അയാൾ കാലിടറി പുഴയിലേയ്ക്കു പതിക്കുകയാണ്.

''പെട്ടെന്നാരോ തോളിൽ പിടിച്ച് പിന്നിലേക്ക് വലിക്കുന്നു. ഞാൻ കൺതുറന്നുനോക്കുമ്പോൾ മുന്നിൽ നീയായിരുന്നു. നദിക്കരയിൽ നിന്നും റെയിൽവേസ്റ്റേഷനിലേക്ക് പറിച്ചു നടാൻ കുറെ സമയമെടുത്തു. യാഥാർഥ്യം

ബോധ്യപ്പെട്ടപ്പോഴേക്കും തൊണ്ടയിൽ ശബ്ദം കുരുങ്ങിപ്പോയി. നീയും അങ്ങനെ തന്നെയായിരുന്നു. ഓർമ്മകളുടെ കടൽക്ഷോഭത്തിൽപ്പെട്ട രണ്ടു പായ് വഞ്ചികൾ പോലെ ആടിയുലഞ്ഞതല്ലാതെ പരസ്പരം ഒന്നും പറയാൻ നമുക്കായില്ല."

"അപ്പോഴേക്കും ഒന്നാമത്തെ പ്ളാറ്റ്ഫോമിലേക്ക് എന്റെ തീവണ്ടി, സമയം പോയതുപോലെ ഓടിക്കിതച്ചെത്തി. നീ അപ്പോഴും ഒരു കുറ്റവാളിയെപ്പോലെ ശിരസ്സു കുമ്പിട്ടു നിൽക്കുകയാണ്. മറ്റൊരവസരത്തിലാണെങ്കിൽ എന്നിലേയ്ക്കു ചേർത്തു പിടിച്ച് പരസ്പരം ആശ്വസിപ്പിച്ചും ആശ്ലേഷിച്ചും ആ നിമിഷത്തെ സുരഭിലമാക്കുമായിരുന്നു.

പക്ഷേ, പറ്റുന്നില്ല, ഒരു പക്ഷേ, ഓടിക്കൊണ്ടിരിക്കെ ഈ തീവണ്ടിയിൽ വച്ചുതന്നെ അന്ത്യശ്വാസം വലിക്കാനുള്ള ആയുസ്സേ ഇനി കൈവശമുള്ളൂ. അതുകൊണ്ട് മറക്കാൻ കഴിഞ്ഞതൊക്കെ മറന്നുതന്നെ പോകട്ടെ. ഈ നിമിഷത്തിലെങ്കിലും നിനക്കെന്നെ ഉള്ളു തുറന്നൊന്നു ശപിക്കാൻ കഴിയുമെങ്കിൽ അതാണു നല്ലത് എന്നുതോന്നി."

അങ്ങനെ ഓരോന്നും ഓർത്തു നിൽക്കവെ തീവണ്ടി പുറപ്പെടാനുള്ള സൈറൻ മുഴങ്ങി. അയാൾ എന്തോ പറയാൻ തുനിഞ്ഞുവെങ്കിലും ഉമിനീരു വറ്റിയ തൊണ്ടയിൽ അതു തടഞ്ഞുനിന്നതേയുള്ളൂ.

ട്രയിൻ മെല്ലെ ഇളകിത്തുടങ്ങി.

ഒരു സ്വപ്നത്തിൽ നിന്നുണർന്ന് അവൾ നോക്കുമ്പോൾ വേച്ചും വിറച്ചും അയാൾ ഒരു കംപാർട്ടുമെന്റിലേക്കു കയറുന്നതു കണ്ടു. അപ്പോഴും യാത്ര ചോദിക്കാൻ മടിക്കുംപോലെ അയാളുടെ നോട്ടം അവളിൽ തറഞ്ഞു നിന്നിരുന്നു.

മാലിനി പെട്ടെന്ന് തന്റെ പേഴ്സിൽ നിന്നും ഒരു അഡ്രസ്സ്കാർഡെടുത്ത് അയാളുടെ കൈകളിലേക്കു വച്ചു. അയാളുടെ കൈത്തലം അപ്പോൾ മഞ്ഞുപോലെ മരവിച്ചിരുന്നു. ആ തണുപ്പ് അവളിലേയ്ക്കും വ്യാപിച്ചു. തീവണ്ടി അപ്രത്യക്ഷമാകുംവരെ അവൾ ആ യാത്ര നോക്കി നിന്നു.

അയാളുടെ ഓർമ്മകളുടെ തുടർച്ച എന്ന വണ്ണം അവൾ ബാക്കി പൂരിപ്പിച്ചു.

"പിൻതിരിഞ്ഞുനോക്കി ഉപ്പുതൂണായിപ്പോയ ഒരു പ്രതിമകണക്കെ എത്ര നേരം അവിടെത്തന്നെ നിന്നു എന്നെനിക്കോർമ്മയില്ല. യാഥാർത്ഥ്യത്തിലേക്ക് തിരിച്ചു വന്നപ്പോഴാകട്ടെ നിന്റെ അവഗണനയെക്കുറിച്ചോർത്ത് ഒന്നു പൊട്ടിക്കരയാനാണ് ആദ്യം തോന്നിയത്."

"നിന്നെക്കാൾ മാനസിക സംഘർഷത്തിലായിരുന്നു മാലൂ ഞാനപ്പോൾ. നിന്നെ മാത്രം പ്രതീക്ഷിച്ചുള്ള വരവ്, ഒടുവിൽ ജീവിതത്തിന്റെ നിരാശയത്രയും ചുമലിലേറ്റിയുള്ള മടക്കം. പക്ഷേ, എല്ലാ കണക്കുകൂട്ടലുകളും തെറ്റിച്ചുകൊണ്ട് നീ വന്നപ്പോൾ, നിന്നെ നിരസിച്ചുകൊണ്ട് പോരേണ്ടിവന്ന ഗതികേട്. അങ്ങനെ എന്തെല്ലാം വേദനകൾ....അതു പറഞ്ഞാൽ നിനക്ക് മനസ്സിലാവില്ല."

"എനിക്ക് മനസ്സിലാവും, എന്നെ കാണാതെ വന്നതിലുള്ള നിന്റെ

ദു:ഖം, രോഷം എല്ലാം. എങ്കിലും ഞാനെത്തിയില്ലേ, അപ്പോഴെങ്കിലും നിനക്കെന്നോട് ക്ഷമിക്കാമായിരുന്നു."

വേണ്ടെന്നു വച്ചിട്ടും അയാൾ വിശദീകരിച്ചു.

"ആത്മനിന്ദയുടെ പരകോടിയിൽ വേവുമ്പോൾ നിന്നോട് ക്ഷമിക്കാൻ ഞാനാര്. എന്റെ പ്രശ്നം മറ്റൊന്നായിരുന്നു. ഇനി ഒരിക്കൽ കൂടി രക്തം ഛർദ്ദിച്ചാൽ ഞങ്ങൾക്കു നിങ്ങളെ ഉപേക്ഷിക്കേണ്ടി വരും എന്ന ഡോക്ടർമാരുടെ കർശന നിർദ്ദേശമായിരുന്നു എന്റെ നിരാസത്തിനു കാരണം."

"നീ ഒന്നു മനസ്സു തുറന്നിരുന്നെങ്കിൽ, ഏറ്റവും മുന്തിയ ഹോസ്പിറ്റലിൽ, ഏറ്റവും മുന്തിയ ചികിത്സ ഞാൻ ലഭ്യമാക്കുമായിരുന്നില്ലേ?"

അവൾക്കു പരിഭവം തോന്നി.

"എനിക്ക് അവിടെ വച്ച് എന്തെങ്കിലും സംഭവിച്ചാൽ നിനക്കു കേൾക്കേണ്ടി വരുന്ന അപവാദങ്ങൾ, നീ അനുഭവിക്കേണ്ടിവരുന്ന തിരസ്ക്കാരങ്ങൾ ഒക്കെ ഓർത്തപ്പോൾ ഒരു ചതിയൻ എന്നുള്ള നിന്റെ സങ്കൽപത്തിന് ഒരുടവും തട്ടാതെ അങ്ങനെ തന്നെയിരിക്കട്ടെ, അതാണ് നല്ലത് എന്ന് തോന്നി."

അവളുടെ പരിഭവം ദേഷ്യമായി.

"നിന്റെ വിശദീകരണം നന്നായിരിക്കുന്നു. പക്ഷേ, മനസ്സ് എന്നത് നിനക്ക് മാത്രമുള്ള ഒന്നല്ല എന്ന് നീ മറന്നു. എന്റെ മനസ്സിനെ ഞാനെന്തുപറഞ്ഞ് ആശ്വസിപ്പിക്കണം എന്നെങ്കിലും പറഞ്ഞ് തന്നിട്ടു വേണമായിരുന്നു നീ പോകാൻ"

മറുപടി ഒന്നും പറയാൻ പറ്റാത്ത വണ്ണം അയാൾ നിരായുധനായി.

"ഒന്നും പറയാതെയാണു നീ പോയതെങ്കിലും, പിന്നീട് വരുന്ന ഓരോ ടെലിഫോൺകോളിലും ഞാൻ നിന്റെ സാന്നിധ്യം പ്രതീക്ഷിച്ചു. എന്നെ ഒന്നു വിളിക്കാൻപോലും നിനക്ക് തോന്നുന്നില്ലല്ലോ എന്നോർത്തപ്പോൾ ഞാൻ എന്നെത്തന്നെ വെറുത്തുപോയി."

"ഞാൻ അവിടെ നിന്ന് വന്നുകയറിയത് മെഡിക്കൽകോളേജിലെ ഐ.സി.യുവിലേക്കായിരുന്നു മാലൂ. ആകാശവും ഭൂമിയും കൈവിട്ടുപോയ പത്തു ദിവസങ്ങൾ. അതോടെ പ്രപഞ്ചവുമായുള്ള എല്ലാ ബന്ധങ്ങളും എനിക്കു നഷ്ടപ്പെട്ടു. ചെറിയ ചെറിയ പരിഭവങ്ങളിൽ തുടങ്ങിയ അരുന്ധതിയുടെ എന്നേയ്ക്കുമുള്ള പിൻമാറ്റം, വേരോടെ പിഴുതെടുത്ത സൗഹൃദങ്ങൾ, ആൾക്കൂട്ടങ്ങൾ, ആരവങ്ങൾ എല്ലാം എനിക്ക് നഷ്ടപ്പെട്ടു. തികച്ചും അനാഥവും ഒറ്റപ്പെട്ടതുമായ ഒരു ജീവിതവും, ഒട്ടും വെറുക്കാതെ എന്റെ കൈ പിടിച്ചു നടന്ന മരണവുമായിട്ടാണ് ഞാൻ ആശുപത്രിക്കിടക്ക വിട്ടത്. ആ യാത്രയാണ് ഇപ്പോൾ ഇവിടെ എത്തി നിൽക്കുന്നത്."

അയാൾ ഒറ്റ ശ്വാസത്തിൽ അത്രയും പറഞ്ഞുനിർത്തി.

"ഒന്നും സംഭവിക്കില്ല. എല്ലാ വൈദ്യശാസ്ത്രത്തിനും മീതെ ഒരാളുണ്ട്. നിനക്കു വിശ്വാസമില്ലെങ്കിലും എനിയ്ക്കുണ്ട്."

"അങ്ങനെ ഒരാളുണ്ടായിരുന്നെങ്കിൽ എന്ന് ഞാനും ആഗ്രഹിച്ചിട്ടുണ്ട്. പക്ഷേ,"

"ഒരു പക്ഷേയുമില്ല. നീ ഒന്ന് ആലോചിച്ചു നോക്കൂ..., മരിച്ചാലും പിരിയില്ലെന്ന് പ്രതിജ്ഞയെടുത്തിട്ടും നമുക്ക് പിരിയേണ്ടിവന്നു. എപ്പോഴെങ്കിലും കണ്ടുമുട്ടാം എന്നു കരുതി കാത്തിരുന്നത് ഇരുപത് വർഷം. പക്ഷേ കണ്ടുമുട്ടാനായില്ല. ഇനി ഒരിക്കലും കണ്ടുമുട്ടില്ല എന്ന് നിനച്ചിരിക്കുമ്പോൾ അപ്രതീക്ഷിതമായ ഒരു കൂടിക്കാഴ്ച....."

ഇതൊന്നും നമ്മൾ വിചാരിച്ചിട്ട് സംഭവിച്ചതല്ലല്ലോ? അപ്പോൾ മറ്റാരോ നമുക്ക് പിന്നിലുണ്ട് എല്ലാം കാണുകയും നിയന്ത്രിക്കുകയും ചെയ്യുന്ന ഒരാൾ.

"അതൊക്കെ മനസ്സിന്റെ ഓരോരോ തോന്നലുകളാണ് മാലൂ. എല്ലാ പ്രതീക്ഷയും കൈവിടുമ്പോഴുള്ള ഒരു പിടിവള്ളി. ഒരു പക്ഷേ, അന്നു നമ്മൾ പിരിയാതിരുന്നെങ്കിൽ- നീയും അരുന്ധതിയെപ്പോലെ എന്നെ ഉപക്ഷിച്ചു പോവില്ലെന്നാരു കണ്ടു?"

"അങ്ങനെ മറക്കാനും വെറുക്കാനും ചോക്ക് പൊടികൊണ്ട് സ്ലേറ്റിൽ എഴുതി മായിച്ച കേട്ടെഴുത്തല്ല പ്രണയം എന്ന് ഒരു ഇന്റർവ്യൂവിൽ നീ തന്നെ പറഞ്ഞിട്ടില്ലേ?"

"നീ വിശ്വസിക്കുംപോലെ എല്ലാറ്റിനും ഉത്തരം തരുന്ന ദൈവമല്ല, എഴുത്തുകാരൻ. അയാൾ പറയുന്നതിലും തെറ്റുകൾ പറ്റാം."

"അങ്ങനെയെങ്കിൽ മുംബെയിൽ നിന്നും ഞാൻ ബാംഗ്ലൂരിലേക്ക് താമസം മാറ്റിയിട്ടും എന്റെ വിലാസം പോലും കൈയ്യിലില്ലാതിരുന്നിട്ടും നീ എങ്ങനെയാണ് എന്നെ അന്വേഷിച്ചുവന്നത്."

"പ്രണയത്തിന്റെ സഞ്ചാരപഥങ്ങൾ നമ്മുടെ വിചാരങ്ങൾക്കും അപ്പുറത്താണ്. അത് നിശ്ചയിക്കുന്നിടത്തേക്ക് നമ്മെ വലിച്ചുകൊണ്ട് പോവുകയാണ് ദൈവം പോലുമറിയാതെ."

"കുട്ടികളുടെ നിർബന്ധപ്രകാരം, മുംബെയിലെ ജോലി രാജി വച്ച് ഇവിടെ ക്രൈസ്റ്റ്കോളേജിൽ ജോയിൻ ചെയ്യുമ്പോൾ ഇനി ഒരിക്കലും നീ എന്നെ തേടിവരും എന്ന് ഞാൻ പ്രതീക്ഷിച്ചതല്ല."

"നിന്നെ അന്ന് കണ്ടിട്ടും മിണ്ടാതെ പോന്നതിലുള്ള വേദന മനസ്സിനെ ചുട്ടു പൊള്ളിക്കുന്നുണ്ടായിരുന്നു. എന്തായാലും ആറുമാസത്തെ അവധി പറഞ്ഞ് ഡോക്ടർമാർ ഡിസ്ചാർജ് ഷീറ്റെഴുതുമ്പോൾ ഞാൻ നിന്നിലേക്കെത്താനുള്ള വഴി തേടുകയായിരുന്നു.

ആദ്യം ബന്ധപ്പെട്ടത് ഉജ്ജ്വലുമായിട്ടാണ്. അവനാണ് നിന്റെ അഡ്രസ്സിൽ പറഞ്ഞ അപ്പാർട്ടുമെന്റിലെത്തുന്നതും, അവിടെ നിന്നും ലഭിച്ച ബാംഗ്ലൂരിലെ നമ്പരും കോളേജിന്റെ പേരും മറ്റും സംഘടിപ്പിച്ച് എനിക്ക് തരുന്നത്. പിന്നെ ഒന്നും ആലോചിച്ചതേയില്ല, ബാംഗ്ലൂരിലേയ്ക്ക് വണ്ടി കയറുകയായിരുന്നു."

"നിന്റെ ശബ്ദം കേട്ടപ്പോൾ ആദ്യമെനിക്ക് വിശ്വാസം വന്നില്ല.സ്റ്റാഫ് റൂമിലിരിക്കുമ്പോൾ പ്യൂൺ വന്ന് വിവരം പറയുകയായിരുന്നു.ഓഫീസിലെ ലാന്റ്ലൈനിലേയ്ക്ക് എനിയ്ക്കൊരു കാൾ."

ആരായിരിക്കും ഉമ ആയിരിക്കുമോ?

ബാഗിൽ നിന്നും മൊബൈൽ എടുത്തുനോക്കി.
സ്വിച്ച് ഓഫല്ല.
അപ്പോൾ ഉമയാകാൻ വഴിയില്ല.
പിന്നെ ആരാണ് ഈ ലാന്റ്ഫോണിലേയ്ക്ക്
ആകാംഷ കൊണ്ട് വർദ്ധിച്ച നെഞ്ചിടിപ്പോടെയാണ്
ഞാൻ ടെലിഫോണിനടുത്തെത്തിയത്.
അതിലേറെ ആധിയായിരുന്നു നിന്റെ ആ
തളർന്ന ശബ്ദം കേട്ടപ്പോൾ
ആദ്യം ഒന്ന് സംശയിച്ചെങ്കിലും
എത് ആരവങ്ങൾക്കിടയിൽനിന്നും
എനിക്ക് വേർതിരിച്ചറിയാൻ പറ്റുന്ന നിന്റെ സ്വരം.
ലീവെഴുതി പ്രിൻസിപ്പാളിന്റെ
മേശപ്പുറത്ത് വച്ച്, ആരോടും ഒന്നും പറയാതെ
വണ്ടിയെടുത്ത് ഞാൻ നിന്റെയടുത്തേക്ക്
കുതിക്കുകയായിരുന്നു.
മറ്റേതോ ഭൂഖണ്ഡത്തിലേയ്ക്കുള്ള
യാത്രപോലെ തോന്നി എനിക്ക് അപ്പോൾ

9

പന്തയക്കുതിരകൾ

'നീ ഓർക്കുന്നോ? ഔട്ടർറിംഗ് റോഡിലെ ബ്രാണ്ടി ഷോപ്പിൽ നിന്നാണ് അന്നു ഞാൻ നിന്നെ കണ്ടെടുക്കുന്നത്. എന്തിനാണു നീ എത്തിയതെന്നോ, എന്താണു നിനക്കുപറ്റിയതെന്നോ ഉള്ള ആശങ്കയിൽ വേവലാതിപ്പെട്ടായിരുന്നു ഞാൻ പുറപ്പെട്ടത്.

കുട്ടികൾ വൈദിക പട്ടത്തിന് പഠിക്കുന്ന ധർമ്മാരാം കോളേജ് കഴിഞ്ഞ് റിംഗ് റോഡിലേക്ക് ഒരിടവഴിയുണ്ട്. ഇരുവശവും മലിന ജലം ഒഴുക്കിവിടുന്ന കൂറ്റൻ ടണലുകൾ ആയതുകൊണ്ട് അതുവഴി ട്രാഫിക് കുറവായിരുന്നു. എത്രയും പെട്ടെന്ന് നിന്റെ അടുത്തെത്താൻ മെയിൻ റോഡുവിട്ട് ആവഴിയാണ് ഞാൻ തെരഞ്ഞെടുത്തത്. നീ പറഞ്ഞ അടയാളങ്ങൾ വച്ച് അന്വേഷിച്ചെത്തിയത് ഒരു വൈൻഷോപ്പിനുമുന്നിലായിരുന്നു."

"ശരിയാണ്" അയാൾ സമ്മതിച്ചു

"ബസ്സിലായിരുന്നു എന്റെ യാത്ര. അങ്ങനെയാണ് കറങ്ങിത്തിരിഞ്ഞ് എങ്ങനെയൊക്കെയോ അവിടെ എത്തിയത്."

"എങ്ങനെയൊക്കെയോ എത്തിയതല്ല; എനിക്കറിയാം മനപൂർവ്വം തെരഞ്ഞെടുത്തതാണവിടം. ഞാൻ വരുമ്പോൾ നീ നല്ല മൂഡിലായിരുന്നില്ലേ "

അയാളുടെ മുഖത്ത് ഒരു കുസൃതിച്ചിരി വിടർന്നു.

"അതുപിന്നെ, നീ വരാൻ താമസിച്ചപ്പോൾ എന്നിൽ ആസക്തിയുടെ കെട്ടുപൊട്ടി. മുന്നിൽ മുഴുവൻ പെട്ടിക്കട പോലെ വൈൻ ഷോപ്പുകൾ. ഞാനവിടെ നിന്നും ഒരു ഹെർക്കുലീസ് ക്വാർട്ടർ വാങ്ങി. കടയുടെ പിന്നിൽ നിന്നും ഒരു തണുത്ത ക്ലബ്ബ് സോഡയും മുട്ടബജിയും വാങ്ങി രണ്ടായിട്ടടിച്ചു. പഴയ ആരോഗ്യം ഇല്ലാത്തതുകൊണ്ട് ഫിറ്റാകാൻ അത് ധാരാളം മതിയായിരുന്നു."

അയാൾ കുറ്റം സമ്മതിച്ചു.

"അതുനിന്റെ നിൽപ്പുകണ്ടപ്പഴേ മനസ്സിലായി. ലഹരിയുടെ ആനന്ദ ത്തിലാണോ മനസ്സിന്റെ സന്തോഷം കൊണ്ടാണോ വീട്ടിലേക്കു പോകാം എന്നുഞാൻ എത്ര നിർബന്ധിച്ചിട്ടും നീ കൂട്ടാക്കിയില്ല."

"എനിക്കിന്ന് ബാംഗ്ലൂർ സിറ്റിമുഴുവൻ അലഞ്ഞു തിരിയണം. കൂട്ടിന് നീയും വേണം. വരാൻ പറ്റ്വോ?"

"അങ്ങനെ ഒരു വാശിപ്പുറത്തായിരുന്നു നിന്റെ നിൽപ്പ്."

അവൾക്കെല്ലാം നല്ല നിശ്ചയമായിരുന്നു.

"അത് മരങ്ങൾ ഇലപൊഴിക്കുന്ന ഒരു ജനുവരി മാസമായിരുന്നു. ഞാനന്നു നിന്നെ ആദ്യം കൊണ്ടുപോയത് ലാൽബാഗിലെ ബോട്ടാണി ക്കൽ ഗാർഡനിലേയ്ക്കായിരുന്നു. ജനുവരി 26 നും ഓഗസ്റ്റ് 15 നും അവിടെ പൂക്കളുടെ വസന്തം വിരിയും. അത്രയധികം പൂക്കൾ നീ ജീവിതത്തിൽ ആദ്യമായി ഒരുമിച്ചുകാണുകയായിരുന്നു. അന്നു നീ വികാരതരളിതനായി പറഞ്ഞതൊക്കെ ഓർക്കുന്നുണ്ടോ?"

അവളുടെ ചോദ്യത്തിൽ ഒരു നേരിയ പരിഹാസത്തിന്റെ ചുവയുണ്ടാ യിട്ടും അയാൾ മറുപടിപറഞ്ഞില്ല. ചിരിച്ചുകൊണ്ട് അവൾ പറയുന്നതു ശ്ര ദ്ധിച്ചു നിന്നു.

"മാലൂ നീ എന്നെ ഇതുപോലെ ഒരു പൂന്തോട്ടത്തിൽ വേണം കുഴിച്ചി ടാൻ. എന്റെ ശവമഞ്ചം അരളിയും ഇലഞ്ഞിയും റോസ്സും പൂക്കൾ കൊണ്ടുമൂ ടണം. ശവകുടീരത്തിനടുത്തേയ്ക്ക് പൂക്കളുടെ മെത്ത ഒരുക്കണം. ഷഡ്പദങ്ങ ൾ നൃത്തം ചെയ്യുന്ന ഉദ്യാനം പോലെ, ഒരു മനോഹര ദൃശ്യമായിരിക്കണം അവിടം."

കല്ലിൽ കൊത്തിയിട്ടതുപോലെ അതൊക്കെ എന്റെ ഉള്ളിലുണ്ടിപ്പഴും. 'അറംപറ്റുന്ന വർത്തമാനങ്ങൾ നിർത്തിയില്ലെങ്കിൽ ഞാനിപ്പോൾ തന്നെ തിരിച്ചുപോകും' എന്നു ഭീഷണിപ്പെടുത്തിയപ്പോഴാണ് നീയതു നിർത്തിയ ത്.

പിന്നെയും പൂക്കളെ തഴുകിയും ഉമ്മവച്ചും കുറെ സമയം കൂടി നീ അവി ടെത്തന്നെ ചെലവഴിച്ചു. ഒടുവിൽ ഒരുവിധത്തിലാണ് നിന്നെ അവിടെ നിന്നും ഞാൻ കടത്തിക്കൊണ്ടുപോവുന്നത്.

അവിടെ നിന്നും നമ്മൾ നേരെ പോയത് ടൂറിസ്റ്റുകളുടെ പറുദീസയായ കബേൺ പാർക്കിലേക്കായിരുന്നു. പക്ഷേ, എന്തുകൊണ്ടോ നിനക്കവിടം ഇഷ്ടപ്പെട്ടില്ല. മധുരനാരങ്ങാപോലുള്ള ആൺകുട്ടികളും പെൺകുട്ടികളും കെ ട്ടിമറിഞ്ഞുല്ലസിക്കുന്ന അവിടെ നിന്നും പെട്ടെന്നുതന്നെ നമ്മൾ പുറത്തിറ ങ്ങി.

പിന്നെത്തെയാത്ര ഫ്രീഡം പാർക്കിലേക്കായിരുന്നു. അവിടെ എത്തി യപ്പോൾ നിന്റെ മുഖവും മനസ്സും ഒരുപോലെ തെളിഞ്ഞു. മുഷിഞ്ഞ ഗാ ന്ധിത്തൊപ്പിധരിച്ച കുറേയേറെ വൃദ്ധന്മാർ രാഷ്ട്രീയം ചർച്ചചെയ്യുന്നതുകണ്ട പ്പോൾ നീ പറഞ്ഞു:

"നോക്കു മാലൂ... വംശനാശം സംഭവിച്ച സോഷ്യലിസ്റ്റുകളാണവർ.

സൂക്ഷിച്ചുനോക്കിയാൽ ഡോ.റാംമനോഹർലോഹ്യയെ അവിടെങ്ങാനും കണ്ടുകിട്ടിയേക്കാം."

പിന്നെ, പറഞ്ഞതിലെ തമാശ ആസ്വദിക്കും പോലെ നീ പൊട്ടിച്ചിരിച്ചു. ഭരണസിരാകേന്ദ്രമായ 'വിധാൻ സൗദ' കണ്ടപ്പോഴും കുടിലും കൊടികളും നിറഞ്ഞ നമ്മുടെ സെക്രട്ടറിയറ്റിനെക്കുറിച്ചും നീ അങ്ങനെയെന്തോ പറഞ്ഞുചിരിച്ചതോർക്കുന്നു..

കൊച്ചുകുട്ടികളെപ്പോലുള്ള നിന്റെ സന്തോഷവും തമാശകളും കണ്ടപ്പോൾ എന്റെ മനസ്സും കുളിർത്തു.

റെയ്സ് കോഴ്സ് റോഡുവഴി വണ്ടിതിരിയ്ക്കുമ്പോഴാണ് കുതിരപ്പന്തയം കാണണം എന്നു നീ വാശിപിടിക്കുന്നത്. പലതും പറഞ്ഞ് പിന്തിരിപ്പിക്കാൻ നോക്കിയിട്ടും നീ സമ്മതിച്ചില്ല.

ഒരുപാടുനേരം ക്യൂ നിന്നിട്ടാണ് സ്റ്റേഡിയത്തിനകത്തേയ്ക്കു പ്രവേശനം ലഭിച്ചത്. അതിനുള്ളിൽ കയറിപ്പറ്റിയപ്പോഴാകട്ടെ പുറത്തുള്ള തിരക്കിനേക്കാൾ വലിയ ജനപ്രളയം. ഇത്രയധികം ആളുകൾ ഈ കുതിരപ്പന്തയം കാണാൻ എത്തിച്ചേരുന്നു എന്നുള്ളത് എന്നെയും അത്ഭുതപ്പെടുത്തി. വെറും കാഴ്ചക്കാരായിട്ടല്ല. മത്സരാർഥികൾ തന്നെയായിട്ടാണ് ഭൂരിപക്ഷം പേരുടേയും വരവ്. ഒരു അംഗീകൃത ചൂതാട്ടകേന്ദ്രം പോലെയാണ് എനിക്കു തോന്നിയത്.

പക്ഷേ, ചിരപരിചിതനായ ഒരു കുതിരപ്പന്തയക്കാരനെപ്പോലെയായിരുന്നു നിന്റെ പെരുമാറ്റം. പങ്കെടുക്കുന്ന കുതിരകളുടെ പ്രത്യേകതകൾ, ജോക്കിയുടെയും ട്രെയിനറുടെയും മുൻ കാലപരിചയം, വിവിധ മത്സരയിനങ്ങൾ, വാതുവയ്ക്കേണ്ടരീതികൾ ഒക്കെ നീ എനിക്കുപറഞ്ഞുതന്നു.

എല്ലാ കണക്കുകൂട്ടലുകളും തെറ്റിപ്പോയ നിനക്ക് എങ്ങനെയാണ് ഈ കുതിരപ്പന്തയത്തിന്റെ കണക്കിലെ കളികൾ ഇത്ര തിട്ടമായത് എന്ന ചോദ്യത്തിന് നീ തന്ന മറുപടി എന്തെന്ന് ഓർമ്മയുണ്ടോ?'

അയാൾ ഒന്നും പറഞ്ഞില്ല. ഒടുവിൽ അവൾതന്നെ ഉത്തരവും പറഞ്ഞു.

"സത്യത്തിൽ ജീവിതം തന്നെ ഒരു കുതിരപ്പന്തയം അല്ലേ മാലൂ.., അവരവർക്കു നിശ്ചയിച്ച ട്രാക്കിലൂടെ ഓരോരുത്തരും ഓടുന്നു. ചിലർ വിജയിക്കും ചിലർ പരാജയപ്പെട്ടും ചിലർ ഫിനിഷിംഗ് പോയിന്റിലെത്താതെ പിൻവാങ്ങും. നീ നോക്കൂ ഈ പന്തയത്തിൽ പങ്കെടുക്കുന്ന കുതിരകൾതന്നെ അവർക്കുവേണ്ടിയല്ല ഓടുന്നത്. ഒന്നുകിൽ അവന്റെ യജമാനനുവേണ്ടി അല്ലെങ്കിൽ ട്രെയിനർക്കുവേണ്ടി, അതുമല്ലെങ്കിൽ ജോക്കിയ്ക്കുവേണ്ടി. ഇതൊന്നും അല്ലങ്കിൽ അവനുമേൽപണമെറിയുന്ന പലർക്കും വേണ്ടി.

നമ്മളും അങ്ങനെതന്നെയാണ്, നമുക്കുവേണ്ടിയാണ് ഓടുന്നതെന്നാണ് നമ്മുടെ വിചാരം. പക്ഷേ, നമ്മൾ ഓടുന്നതത്രയും മറ്റാർക്കൊക്കെയോ വേണ്ടിയാണ്. കൈപ്പിടിയിലൊതുക്കിയ വിജയം പോലും മറ്റുള്ളവർ കൈക്കലാക്കുമ്പോൾ ഉയരുന്ന ആരവങ്ങൾക്കിടയിൽ ഗ്രൗണ്ടിലെ ഏകാന്തതമുഴുവൻ ഏറ്റുവാങ്ങി വേദനിക്കാനാണ് പന്തയക്കുതിരകളുടെ നിയോഗം."

" നീ പറഞ്ഞുതീരും മുൻപേ ഗ്രൗണ്ടിൽ ആരവം മുഴങ്ങി. കുതിരകൾ

അവരവരുടെ ട്രാക്കിൽ പൊസിഷനുറപ്പിച്ചു. ഓരോ കുതിരയുടെയും പ്രായം, വേഗത, വിജയങ്ങളുടെ ചരിത്രം എന്നിവയെല്ലാം വിശദമാക്കുന്ന അനൗൺസ്മെന്റ് മുഴങ്ങി. പന്തയക്കാർ തിരിച്ചും മറിച്ചും കണക്കുകൂട്ടലുകൾ നടത്തി. നീ ശ്വാസംപിടിച്ച് ഗ്രൗണ്ടിലേക്കുമാത്രം ദൃഷ്ടിപായിച്ച് മനസ്സ് ഏകാഗ്രമാക്കി കാത്തിരുന്നു. ഓർക്കുന്നോ?"

"ശരിയാണ്,"

അയാളുടെ മനസ്സിലപ്പോൾ ഒരുപന്തയത്തിന്റെ ഓപ്പാരി മുഴങ്ങിത്തുടങ്ങി. ലക്ഷണമൊത്ത കുതിരകൾക്കിടയിൽ ഓടിത്തളർത്ത ഒരു വയസ്സൻ കുതിരയെ അയാൾ കണ്ടെത്തി. ക്ഷീണിച്ചും തളർന്നും മുടന്തിയും ആ കുതിരയും തന്റെ പൊസിഷനിൽ നിലയുറപ്പിച്ചു. എത്രതളർന്നാലും ഓടാതിരിയ്ക്കാനാവില്ല അതാണു കളിനിയമം.

ആകാശത്ത് ഒരു വെടിയൊച്ചമുഴങ്ങി.

ഇപ്പോൾ കുളമ്പടി ശബ്ദങ്ങളുടെ വേഗതകൂടിക്കൂടിവന്നു...

സ്റ്റേഡിയം ആരവങ്ങളാൽ പ്രകമ്പനം കൊണ്ടു...

കൊടുങ്കാറ്റിന്റെ ത്രസിപ്പിക്കുന്ന വേഗതയിൽ കുതിരകൾ മുന്നോട്ടു കുതിക്കുന്നു.

അന്തരീക്ഷം പൊടിപടലങ്ങളിൽ മുങ്ങിപ്പോയി. ചെറുകാറ്റടിച്ച് പൊടിയടങ്ങിയപ്പോൾ അയാൾകണ്ടു. ഫിനിഷിംഗ് പോയിന്റിനു മുന്നേ വീണുപോയ ആ വയസ്സൻ കുതിരയെ.

പെട്ടന്ന് മാലിനിയുടെ കൈപിടിച്ച് അയാൾ സ്റ്റേഡിയത്തിന്റെ പുറത്തേയ്ക്കിറങ്ങി.

"നന്ദി ഹിൽസിലേയ്ക്ക് കാറോടിക്കുമ്പോൾ ഞാൻ നിന്നെത്തന്നെ ശ്രദ്ധിക്കുകയായിരുന്നു. സ്റ്റേഡിയത്തിലേയ്ക്ക് കയറും വരെയുള്ള നിന്റെ എല്ലാ സന്തോഷവും മുഖത്തുനിന്നും മാഞ്ഞുപോയിരുന്നു. അകമേ നീ ഇളകിമറിയുന്നതായ്ത്തോന്നി.

"നീ എന്താ തത്ത ചത്ത കാക്കാലത്തിയെപ്പോലിരിക്കുന്നത്"എന്ന

എന്റെ ചോദ്യത്തിന് നീ ഉത്തരമൊന്നും പറഞ്ഞില്ല, പകരം നീ പറഞ്ഞത് കണക്കിനെക്കുറിച്ചായിരുന്നു. "അല്ല, മാലൂ ഞാൻ ചിന്തിക്കുകയായിരുന്നു. ഒരു കണക്കിന് കണക്കാണ് എല്ലാത്തിന്റെയും കേന്ദ്രം ല്ലേ?"

"ഒരു കണക്കിനല്ല, എല്ലാകണക്കിലും, അതിലെന്താ ഇത്ര വലിയ അത്ഭുതം?"

"അല്ല; ഞാൻ വിചാരിക്കുകയായിരുന്നു. ഇന്നലെവരെ നാംപഠിച്ച ചരിത്രം ഇന്നൊരു കെട്ടുകഥ ആയേക്കാം. ഭൂമിശാസ്ത്രം എന്ന സങ്കല്പം തന്നെ ഇല്ലാതായേക്കാം. എന്തിന് ഭാഷകൾവരെ അപ്രത്യക്ഷമാകുന്ന ഒരു കാലംവരാം. അപ്പോഴും കണക്ക് അങ്ങനെ തന്നെയുണ്ടാവും. കാലദേശങ്ങൾക്കതീതമായി അതുനിലനിൽക്കും. ലോകത്ത് എവിടെ നിന്നു കൂട്ടിനോക്കിയാലും 5+2=7 എന്നല്ലേ ഉത്തരം കിട്ടൂ."

അവൾക്ക് ചിരിവന്നു.

"നിനക്കിതെന്തിന്റെ കേടാ., ചിന്തിക്കാനും പറയാനും വേറേ എന്തെ

ല്ലാം കാര്യങ്ങളുണ്ട്. എനിക്കാണെങ്കിൽ നിന്നോട് ഒരുപാട് പറയാനുണ്ട്."

"എനിയ്ക്കറിയാം, തെറ്റിപ്പോയ എന്റെ കണക്കുകളും ശിഷ്ടം വന്ന പരാജയങ്ങളും ഓർമ്മപ്പെടുത്തി ശിക്ഷിക്കാനല്ലേ?"

"അതൊന്നുമല്ല, എനിയ്ക്കു പറയാനുള്ളത് ഒരു സീരിയസ് സബ്ജക്റ്റാ നിന്നോടുമാത്രം പറയാവുന്നതും നീ മാത്രം അറിയേണ്ടതുമായ ഒരു രഹസ്യം!"

"എന്നാ തെളിച്ചുപറ. നിന്റെ ഉള്ളിലുള്ള ആ ആണവരഹസ്യം."

"മറ്റൊന്നുമല്ല, എന്റെ ഭർത്താവിനെക്കുറിച്ചുതന്നെ. നീയതൊക്കെ അറിഞ്ഞിട്ടുണ്ടാവും എന്നാണ് ഞാൻ കരുതുന്നത്."

"കൊച്ചുഗോവിന്ദേട്ടൻ പറഞ്ഞറിവുള്ള ചില സൂചനകളല്ലാതെ വിശദാംശങ്ങളൊന്നും എനിയ്ക്കറിയില്ല. ഞാനതൊട്ട് അന്വേഷിച്ചുമില്ല. അറിയാൻ താൽപ്പര്യമില്ലായിരുന്നു അതാണ് കാരണം."

അയാൾ തന്റെ അനിഷ്ടം പ്രകടിപ്പിച്ചു.

"അത് കീറിമുറിച്ചിടാൻ ഞാനും ആഗ്രഹിക്കുന്നില്ല; പക്ഷേ, ഉമയുടെ ഒരു പ്രശ്നം..."

പറഞ്ഞുവന്നത് അവൾക്കുപൂർത്തിയാക്കാൻ കഴിഞ്ഞില്ല.

"അവൾക്കെന്തുപറ്റി?"

അയാൾ ഉൽക്കണ്ഠപ്പെട്ടു.

"അവൾക്കുവേണ്ടി മാത്രമാണ് ഞാൻ ജീവിച്ചത്. അവളിലൂടെയാണ് ഞാനെന്റെ ജീവിതത്തോടു പ്രതികാരം ചെയ്തത്. അതുകൊണ്ടുതന്നെ അവളുടെ ഒരിഷ്ടങ്ങൾക്കും ഞാൻ എതിരുനിന്നില്ല... ഇതുവരെ."

അവൾ ദീർഘമായി ഒന്നു നിശ്വസിച്ചു.

"അവളുടെ ജനനം മുളപൂക്കുന്നതുപോലെ ദിവ്യമായ ഒരനുഭവമോ അതോ എന്റെ തെറ്റുകൾക്കുള്ള ശിക്ഷയോ എന്തായിരുന്നു എന്നെനിക്കറിയില്ല."

"ഇങ്ങനെയൊക്കെ ചിന്തിക്കാൻ ഇപ്പോഴെന്താണുണ്ടായത്. അവൾ നല്ലകുട്ടിയല്ലേ?"

അയാൾ അക്ഷമനായി.

"അതുതന്നെയാണെന്റെ പ്രശ്നവും. വേണമെങ്കിൽ അവൾക്കെന്നെ ചോദ്യം ചെയ്യാമായിരുന്നു. കുറ്റപ്പെടുത്താമായിരുന്നു. ഉത്തരം ഉള്ളിലുണ്ടെങ്കിലും പറയാൻ പറ്റാത്ത ഒരമ്മയായിരുന്നു ഞാൻ. എന്നിട്ടും എന്നും അവളെന്നോട് ഒട്ടിച്ചേർന്നു നിന്നു. പക്ഷേ, ഇന്നിപ്പോൾ അവൾ മുതിർന്നിരിക്കുന്നു. സ്വയം തീരുമാനങ്ങളെടുക്കാൻ അവൾ പ്രാപ്തയായിരിക്കുന്നു. അവളെ വളർത്താനുള്ള പരക്കം പാച്ചിലിനിടയിൽ അവൾ വളർന്നു പോയത് ഞാനറിഞ്ഞില്ല..."

അവളുടെ മിഴികൾ സജലങ്ങളായി. എതിരേവന്ന ഒരു കൂറ്റൻ ട്രക്കിൽ നിന്നും കഷ്ടിച്ചാണ് അപകടം ഒഴിഞ്ഞുമാറിയത്.

മാലിനി വണ്ടി റോഡിനു സൈഡിലേയ്ക്കൊതുക്കി നിർത്തി.

"ഞാൻ വല്ലാതെ ഒറ്റപ്പെട്ടതുപോലൊരു തോന്നൽ"

അതു പറയുമ്പോൾ അവൾ തേങ്ങിപ്പോകുമെന്നയാൾക്കു തോന്നി.

സ്റ്റിയറിംഗ് വീലിലേക്ക് മുഖമമർത്തി അവൾ കുറേനേരം കിടന്നു. പിന്നെ, സാരിത്തുമ്പിൽ മുഖം അമർത്തിത്തുടച്ച് അവൾ വണ്ടി മുന്നോട്ടെടുത്തു.

"മാലൂ ഇത് എല്ലാ അമ്മമാരുടെയും സ്ഥിരം പരാതിയാണ്. അവളിപ്പോൾ കൊച്ചുകുട്ടിയല്ല, മുതിർന്ന വ്യക്തിയാണ്. നീയും അങ്ങനെയൊക്കെ ആയിരുന്നില്ലേ? പിന്നെന്തിനാണ് ഈ പരിഭ്രമം."

അയാളവളെ അനുനയിപ്പിക്കാൻ ശ്രമിച്ചു.

"നമ്മൾ അങ്ങനെയായിരുന്നില്ലല്ലോ? അതുകൊണ്ടല്ലേ പ്രപഞ്ചത്തിന്റെ രണ്ടതിരുകളിലേയ്ക്ക് നമുക്കു രണ്ടാൾക്കും അകലേണ്ടിവന്നത്?"

അവൾ സ്വയം ന്യായീകരിച്ചു.

"അത് നമ്മുടെ ഭീരുത്വം. ഇന്നത്തെകുട്ടികൾ ധീരരാണ്. തീരുമാനങ്ങളെടുക്കാനും നടപ്പിലാക്കാനും അവർക്കാരുടേയും സഹായം ആവശ്യമില്ല. അതിൽ സന്തോഷിക്കുകയല്ലേ വേണ്ടത്"

"ചിലകാര്യങ്ങൾ നമുക്ക് പറയാനെളുപ്പമാണ്. പക്ഷേ, നേരിടാൻ പ്രയാസവും."

അവൾ അയാളെ ഓർമ്മിപ്പിച്ചു.

"നീ ഇതുവരെ കാര്യമെന്താണെന്നു പറഞ്ഞില്ല."

അയാൾ തെല്ലസ്വസ്ഥനായി.

"ഉമക്കിവിടെ ഒരു ഐടി കമ്പനിയിലാണ് ജോലി എന്നു നിനക്കറിയാമല്ലോ? അവളുടെ കൂടെ ജോലിചെയ്യുന്ന ഒരു ചെറുപ്പക്കാരനുമായി അവൾക്കൊരു അഫയർ."

അയാളതുകേട്ട് വല്ലാതെ ചിരിച്ചുപോയി.

"നീ എന്തൊരു പൊട്ടിപ്പെണ്ണാ മാലൂ.., ഇതിനാണോ നീയിത്ര നെർവസ്സായത്...?"

"നീ വിചാരിക്കും പോലെ നിസ്സാരമല്ല കാര്യങ്ങൾ. മുംബെയിൽനിന്നും ജോലി രാജിവച്ച് ഞാനിവിടേയ്ക്കു വന്നതു തന്നെ അതുകൊണ്ടാണ്."

"ഇതിലെന്താണ് മാലൂ ഇത്രവലിയ ഹിമാലയൻ പ്രശ്നം. അവൾ ഒരുപാട് അനുഭവിച്ച കുട്ടിയല്ലേ. അവളുടെ തെരഞ്ഞെടുപ്പ് തെറ്റില്ല. അവനുമായി സംസാരിച്ച് കാര്യങ്ങൾക്ക് തീരുമാനമുണ്ടാക്കുക അത്രയല്ലേ വേണ്ടൂ."

"നീ പറഞ്ഞതുപോലെ ഹിമാലയം തന്നെയാണ് പ്രശ്നം. എന്റെ ഭർത്താവിപ്പോൾ മോക്ഷമാർഗ്ഗത്തിൽ ഹിമാലയത്തിൽ തപം ചെയ്യുകയാണെന്നാണറിവ്."

അവൾ ഒന്നു നിർത്തി.

"ഉമ തെരഞ്ഞെടുത്ത ചെറുക്കൻ മറ്റൊരു മതത്തിൽ പെട്ടതാണ്. ഗൗതം ഇതറിയുമ്പോൾ എങ്ങനെ പ്രതികരിക്കും എന്നാണ് നീവിചാരിക്കുന്നത്."

"എന്നായാലും അയാൾ അറിഞ്ഞല്ലേ പറ്റൂ, ഇപ്പോഴേ കാര്യങ്ങൾ തുറന്നുപറഞ്ഞ് അയാളെ ബോധ്യപ്പെടുത്തുക. ഗൗതമന്റെ സമ്മതത്തോടുകൂടി തന്നെ..."

അവൾ ഇടയ്ക്കുകയറി.

"പറഞ്ഞപ്പോൾ എത്ര പെട്ടെന്നു കഴിഞ്ഞു. അയാളെ എവിടെ ചെന്നു ഞാൻ കണ്ടുപിടിക്കും? കാര്യങ്ങൾ അറിയുമ്പോൾ അയാളുടെ ബന്ധുക്കൾ എന്റെ ബന്ധുക്കൾ ഒക്കെ പഴിക്കില്ലേ? അമ്മയുടെ മാർഗ്ഗം തന്നെ മകളും തെരഞ്ഞെടുത്തു എന്നുപറഞ്ഞ് "

"എന്റെ മാലൂ ഇത്രയും കാലം കൊണ്ട് നീ ഒരുപാടു പുറകോട്ടുപോയിരിക്കുന്നു. ഒരുമിച്ചുജീവിക്കേണ്ടത് അവരാണ്. അവർക്കിടയിൽ ഇല്ലാത്ത മതിലുകൾ തീർത്ത് അവരെ പിരിച്ച് നമ്മളെ പോലെ ജീവിതാവസാനം വരെ ദു:ഖിച്ചും വേദനിച്ചും... എന്തേ നിനക്കതു മനസ്സിലാകുന്നില്ല."

"മനസ്സിലാകാഞ്ഞിട്ടല്ല, ഒരു പ്രണയത്തിന്റെ പേരിൽ എല്ലാവരാലും തിരസ്കരിക്കപ്പെട്ടവളാണ് ഞാൻ. എന്റെ അനുഭവം തന്നെ എന്റെ മോൾക്കും..."

അയാൾക്കുദേഷ്യം വന്നു.

"എനിക്കു നീ പറയുന്നതു മനസ്സിലാവുന്നില്ല. ആരാണീ എല്ലാവരും. ഉള്ളിലൊക്കെയും വിഷം സൂക്ഷിക്കുന്ന ഇഴജന്തുക്കൾ. നീ ദൈവ വിശ്വാസിയല്ലേ. ആരുമില്ലാത്തവർക്ക് ദൈവം കാണും തുണ എന്നു കേട്ടിട്ടില്ലേ?

അതെങ്കിലും ഒന്നു വിശ്വസിക്ക്."

"ജീവിതത്തിലിന്നുവരെ സന്തോഷമെന്തെന്നു ഞാനറിഞ്ഞിട്ടില്ല...."

അവൾക്കതു പൂർത്തിയാക്കാൻ കഴിഞ്ഞില്ല.

"അതുകൊണ്ട് മറ്റുള്ളവരും സന്തോഷിക്കണ്ട എന്നാണോ?

സങ്കടങ്ങൾ നമ്മുടെ സന്തത സഹചാരികളാണ് പക്ഷേ, അതു വിലകൊടുത്ത് വാങ്ങാൻ ശ്രമിക്കരുത്. നീയിപ്പോൾ ചെയ്യുന്നത് അതാണ്. മറ്റുള്ളവരുടെ സന്തോഷം കൂടി തല്ലിക്കെടുത്തി നിനക്കെന്താണു നേടാനുള്ളത്..?"

അയാളുടെ സ്വരം കർക്കശമായി.

"ഞാൻ മതത്തിന്റെ വേലിക്കെട്ടുകൾക്കുള്ളിൽ നിന്നും സംസാരിക്കുകയല്ല. പക്ഷേ, നീ എന്റെ ധർമ്മസങ്കടം മനസ്സിലാക്കണം. എനിയ്ക്കൊരുത്തരം തരാൻ ആരുമില്ല."

"മാലൂ ഇതിൽ ഉത്തരം തരേണ്ടത് ഗൗതമാണ് അവളുടെ അച്ഛൻ. പിന്നെ നീയും. ഒരു അവസാനവാക്കുപറയാൻ എനിക്കുപോലും അവകാശമില്ല."

"നിനക്കേ ഉള്ളൂ നിനക്കുമാത്രം" എന്നുപറയണം എന്നുണ്ടായിരുന്നു അവൾക്ക് പക്ഷേ, പറഞ്ഞില്ല. പരീക്ഷണങ്ങൾ ഇനിയും അവസാനിക്കുന്നില്ലല്ലോ ദൈവമേ എന്നു മനസ്സു പിടഞ്ഞു. ഉള്ളിലെ ഉരുൾപൊട്ടലുകൾ മറച്ചുപിടിച്ച് അവൾ പറഞ്ഞു.

"പക്ഷേ, നിനക്ക് എന്നെ സഹായിക്കാൻ പറ്റും."

"എങ്ങനെ?"

അയാൾ അത്ഭുതപ്പെട്ടു

"അദ്ദേഹത്തെ എങ്ങനെയും കണ്ടെത്തണം. ഹിമാലയത്തിലെവിടെയോ ആശ്രമത്തിലുണ്ടെന്ന പറഞ്ഞറിവേ ഉള്ളൂ. കണ്ടു പിടിക്കണം. അതിന് നീ കൂടി ഒപ്പമുണ്ടാവുന്നത് നല്ലതാണ്. നിനക്കു വിരോധമില്ലെങ്കിൽ..."

ബാക്കി അവൾ പൂരിപ്പിച്ചില്ല.

അയാളതിന് മറുപടി ഒന്നും പറഞ്ഞില്ല.

കുറേ നേരത്തേയ്ക്ക് അവർക്കിടയിൽ മൗനം കനത്തുനിന്നു. വണ്ടി അപ്പോഴേക്കും നന്ദിഹിൽസിൽ എത്തിയിരുന്നു.

സൂര്യതേജസ്സിന്റെ അഭൗമപ്രഭയാൽ പ്രണയികളുടെ മനസ്സുകീഴടക്കുന്ന പർവ്വതം

മഞ്ഞിന്റെ മേൽവസ്ത്രത്താൽ ചുറ്റപ്പെട്ട സമതലം. പ്രണയത്തെ വാരിപ്പുണരുന്ന ആകാശം. താഴ്‌വരയിൽ നിന്ന് കൈകോർത്തു പിടിച്ച് അവർ മുകളിലേക്കു കയറി.

ബാല്യകൗമാരങ്ങളുടെ കൽപ്പടവുകളെ പിന്നിലാക്കി യൗവ്വനതീഷ്ണമായ ഓർമ്മകളിലേയ്ക്കായിരുന്നു ആ യാത്ര.

പ്രകൃതി പ്രണയാതുരയായി

അവരെ സ്വീകരിച്ചു...

10

അപഥസഞ്ചാരങ്ങൾ

ഹിമാലയൻ യാത്രയ്ക്കുള്ള ഒരുക്കങ്ങളെല്ലാം മാലിനി തന്നെയാണ് ചെയ്തത്. ബാംഗ്ലൂരിൽ നിന്നും ദൽഹി വരെ ഫ്ളൈറ്റിൽ. അവിടെ നിന്നും ട്രാവൽ ഏജൻസി വഴിയുള്ള ഒരു ബസ്സിൽ ഹിമാലയത്തിലേക്ക്. ഓൺലൈനിലൂടെ മുൻകൂട്ടി ബുക്ക്ചെയ്തിരുന്നതിനാൽ യാത്രാക്ലേശമൊന്നും ഉണ്ടായില്ല. ആദി കൈലാസത്തിലേക്കുള്ള വഴിമധ്യേ സാമാന്യം വൃത്തിയും വെടിപ്പുമുള്ള ഹോട്ടലിലാണ് താമസസൗകര്യമൊരുക്കിയിരുന്നത്. അവിടെ എത്തുമ്പോഴേക്കും നേരം സന്ധ്യയോടടുത്തിരുന്നു. അന്തരീക്ഷത്തിൽ മഞ്ഞുവീഴ്ച തുടങ്ങിയിരുന്നതിനാൽ പുറം കാഴ്ചകളൊന്നും വ്യക്തമായിരുന്നില്ല. ഹോട്ടൽ മുറിയിൽ എത്തിയതോടെ മാലിനി ഒരു ബ്ലാങ്കറ്റിനുള്ളിലേക്ക് നൂഴ്ന്നു. തണുപ്പിന്റെ സൂചിത്തലപ്പുകൾ ശരീരത്തിൽ കുത്തിക്കയറുന്നു. യാത്രയുടെ ക്ഷീണം കൊണ്ടായിരിക്കാം കിടന്നപ്പഴേ മാലിനി ഉറക്കം പിടിച്ചിരുന്നു.

അയാൾ ഒരു കോട്ടും തൊപ്പിയുമണിഞ്ഞ്, ബ്ലാങ്കറ്റും പുതച്ച് മുറി പൂട്ടി പുറത്തേക്കിറങ്ങി.വണ്ടിയിലിരുന്ന് കുറെ ഉറങ്ങിയതിനാൽ ഉറങ്ങാൻ തോന്നിയില്ല. പരിസരം ഒന്നു കണ്ടുവയ്ക്കാം എന്നു വിചാരിച്ചിറങ്ങിയതാണ്.

നേർത്ത മഞ്ഞുപാതകൾക്കിടയിലൂടെ നോക്കിയാൽ മിന്നാമിനുങ്ങിന്റെ വെളിച്ചം പോലെ അങ്ങിങ്ങായി ചില പ്രകാശങ്ങൾ കാണാം. അയാൾ ഏറ്റവും അടുത്തുകണ്ട പ്രാകാശത്തിനരികിലേക്ക് നടന്നു. അത് ഒരു ചെറിയ ദാബയായിരുന്നു. സാധനങ്ങൾ ഒതുക്കിവയ്ക്കുന്ന തിരക്കിലായിരുന്നു അതിന്റെ ഉടമസ്ഥൻ.

അയാൾ ഒരു ചായക്ക് പറഞ്ഞപ്പോൾ സന്തോഷപൂർവ്വം ഒരു സ്റ്റൂൾ അയാൾക്ക് മുന്നിലേക്ക് നീക്കിയിട്ടുകൊണ്ട് ദാബയുടെ ഉടമസ്ഥനെന്ന് തോന്നിക്കുന്ന മധ്യവയസ്കൻ പറഞ്ഞു.

"ഇന്ന് നേരത്തെ മഞ്ഞുവീഴ്ച ആരംഭിച്ചു സാബ്. പതിവിലും കൂടുതൽ

തണുപ്പുണ്ട്. അതുകൊണ്ട് ഇന്നിനി ആരും വരാനിടയില്ല. അതാ എല്ലാം ഒതുക്കാൻ തുടങ്ങിയത്."

സംസാരത്തിനിടയ്ക്കുതന്നെ ചായ റെഡിയാക്കി അയാൾക്കു നൽകി.

"ഹരിയാനയിലെ ഒരു കുഗ്രാമത്തിൽ നിന്നും വർഷങ്ങൾക്കുമുമ്പ് ഇവിടെ എത്തിയതാണ്. ആദ്യമൊക്കെ സീസൺ കഴിയുമ്പോൾ തിരിച്ചു പോകുമായിരുന്നു. പിന്നീട് ഈ ദാബ തുടങ്ങി ഇവിടെ സ്ഥിരമായിട്ടങ്ങുകൂടി. ഇപ്പോൾ വല്ലപ്പോഴും നാട്ടിൽ പോയ് വരും."

വിക്രംസിംഗ് അയാളെ സ്വയം പരിചയപ്പെടുത്തി. ചൂടുചായ മോന്തി കുടിച്ചുകൊണ്ട് അയാൾ പിന്നേയും പലതും ചോദിച്ചറിഞ്ഞു. കനത്ത മഞ്ഞു വീഴ്ചയുടെ വരവറിയിച്ചുകൊണ്ട് ഒരു ഇരമ്പം കാതുകളിൽ വന്നലച്ചു.

"ഇവിടെ കാലാവസ്ഥ ഓർക്കാപ്പുറത്താണ് മാറിമറിയുന്നത്. കാറ്റ് കൂടുതൽ ശക്തി പ്രാപിക്കുകയാണ്. ഇന്ന് രാത്രി മുഴുവൻ മഞ്ഞുവീഴ്ചയായിരിക്കും. സാബ് ഇപ്പോൾത്തന്നെ ഹോട്ടലിലേക്ക് മടങ്ങുന്നതാണ് നല്ലത്."

വിക്രം സിംഗ് അയാളെ ഓർമ്മപ്പെടുത്തി.

ശരിയാണ്, വിക്രംസിംഗിനോട് സംസാരിച്ചിരുന്ന് സമയം പോയതറിഞ്ഞില്ല. അയാൾ ചായയുടെ കാശ് കൊടുത്ത് യാത്ര പറഞ്ഞു. വിക്രംസിംഗ് അയാൾക്ക് ശുഭരാത്രി നേർന്നു.

ഹോട്ടലിൽ വന്നു കയറുമ്പോഴും മാലിനി ബ്ലാങ്കറ്റിനുള്ളിൽ ഉറക്കത്തിലാണ്. റിസപ്ഷനിൽ വിളിച്ച് അത്താഴത്തിനുള്ള ഓർഡർ കൊടുത്തു. പിന്നെ മേശപ്പുറത്തുകിടന്ന റൂട്ട്മാപ്പെടുത്ത് പ്രധാനപ്പെട്ട സ്ഥലങ്ങളും ആശ്രമങ്ങളുമൊക്കെ നോട്ട് ചെയ്തു. അപ്പോഴേക്കും ചൂടുള്ള ചോറും, പരിപ്പുകറിയും വന്നു. മാലിനിയെ എത്ര നിർബന്ധിച്ചിട്ടും അവൾ വേണ്ടെന്ന് വാശിപിടിച്ചു.

അയാൾ അത്താഴം കഴിച്ച് പാത്രങ്ങൾ പുറത്ത് വച്ചു വാതിൽ ലോക്ക് ചെയ്ത്, കിടക്കയിലേക്ക് ചരിഞ്ഞു. ജനാല അല്പം തുറന്നപ്പോൾത്തന്നെ തണുത്ത ചൂളം കുത്തുന്ന കാറ്റ് മുറിയിലേക്ക് തുളച്ചുകയറി. അയാൾ ജനാല വലിച്ചടച്ചു. പിന്നെ നിരതെറ്റിയ ഓർമ്മകളിൽ മുങ്ങി ഉറക്കം കാത്തു കിടന്നു.

പതിവുപോലെ രാവിലെ അഞ്ചുമണിക്കുതന്നെ ഉറക്കമുണർന്നു. അന്തരീക്ഷത്തിൽ അപ്പോഴും നേർത്ത മഞ്ഞുവീഴ്ചയുണ്ടായിരുന്നു. മാലിനി അപ്പോഴും ബ്ലാങ്കറ്റിനുള്ളിൽ ഗാഢനിദ്രയിലാണ്. മുഖത്തിന്റെ തീരെ ചെറിയ ഒരു ഭാഗം മാത്രം പുറത്തു കാണാം. നര കയറിത്തുടങ്ങിയ ചില മുടിയിഴകൾ നെറ്റിയിലേക്ക് വീണു കിടക്കുന്നു. അയാൾ അവളുടെ ഉറക്കത്തിനു ഭംഗം വരുത്താതെതന്നെ ബ്ലാങ്കറ്റ് മൂക്കിന് അല്പം താഴേക്ക് ഇറക്കി വച്ചു. ഉറക്കത്തിൽ ശ്വാസതടസ്സം ഉണ്ടാവാതിരിക്കാനുള്ള ഒരു മുൻ കരുതൽ. ഈ കൊടുംതണുപ്പിലും അവളുടെ മൂക്കിൻ തുമ്പിൽ വിയർപ്പുമണികൾ ഇറ്റിച്ചു നിൽക്കുന്നു. അയാൾ കുറേനേരം അവളെത്തന്നെ നോക്കിനിന്നശേഷം പുറത്തേക്കിറങ്ങി.

കാഴ്ചകൾ ഒന്നും വ്യക്തമല്ലെങ്കിലും, ദൂരെയുള്ള ആ വെളിച്ചം കണ്ടപ്പോൾ അത് വിക്രംസിംഗിന്റെ ദാബയായിരിക്കും എന്നയാൾ ഊഹിച്ചു. കമ്പിളി

കൊണ്ടുള്ള മഫ്ളർ തലവഴി മൂടി അയാൾ ദാബ ലക്ഷ്യമാക്കി നടന്നു. വഴി നീളെ കുതിരച്ചാണകത്തിന്റെ ഗന്ധം. രാത്രിയിലും ഉണർന്നിരുന്നതുപോലെ ദാബയും വിക്രംസിംഗും അവിടെത്തന്നെയുണ്ട്. അയാളെ കണ്ട ഉടൻ വിക്രംസിംഗ് ഉപചാരപൂർവ്വം സ്വീകരിച്ചു.

"ഗുഡ്മോണിംഗ് സാബ്"

ചായ കുടിച്ചു കൊണ്ടിരുന്ന ചില കുതിരക്കാർ ബഹുമാനപൂർവ്വം എഴുന്നേറ്റ് കൊണ്ട് അയാൾക്കുമുന്നിലേക്ക് ഒരു ഇരിപ്പിടം നീക്കിയിട്ടു.

"ആയിയേ സാബ്, ബൈട്ടോ ബൈട്ടോ..."

അയാൾ മരപ്പലക കൊണ്ടുള്ള പീഠത്തിലേക്ക് ഇരുന്നു. വിക്രംസിംഗ്, കത്തുന്ന അടുപ്പിലേക്ക് കുറേ മരക്കഷണങ്ങൾ കൂടി

തള്ളിവച്ചുകൊണ്ട് ക്ഷമാപണപൂർവ്വം പറഞ്ഞു.

"ഉടനെ ആകും സാബ്."

ഇന്നലെയാണ് പരിചയപ്പെട്ടതെങ്കിലും ഒരായുസ്സിന്റെ ബന്ധമുള്ളതുപോലെയായിരുന്നു വിക്രംസിംഗിന്റെ പെരുമാറ്റം. ചായ റെഡിയാകും വരെ അയാൾ മങ്ങിയതെങ്കിലും പുറംകാഴ്ചകളിലേക്ക് കണ്ണു പായിച്ചിരുന്നു.

നനഞ്ഞ അന്തരീക്ഷത്തിൽ, പ്രത്യേകിച്ച് മേൽവസ്ത്രങ്ങളൊന്നും ഉപയോഗിക്കാതെ തലങ്ങും വിലങ്ങും സഞ്ചരിക്കുന്ന സന്ന്യാസിമാർ. നഗ്നപാദരായി, ഒറ്റ വസ്ത്രം മാത്രം ധരിച്ച് തീരെ മെലിഞ്ഞുണങ്ങിയ ശരീരവുമായി അവരെങ്ങനെയാണ് ഈ തണുപ്പിനെ അതിജീവിക്കുന്നതെന്നോർത്തപ്പോൾ അയാൾക്ക് അതിശയം തോന്നി.

ആത്മീയമായ മോക്ഷത്തിലൊന്നും വിശ്വാസമില്ലെങ്കിലും ഹിമാലയം മനസ്സുകീഴടക്കുന്ന ഒരനുഭൂതിയായി തോന്നിയിട്ടുണ്ട്. പ്രകൃതിയുടെ ഇന്ദ്രജാലം എന്നൊക്കെ പേരിട്ടു വിളിക്കാവുന്ന ഒരിടം, ഭൂമിയിൽ വേറെയുണ്ടോ എന്നു സംശയമാണ്. അതുകൊണ്ടുതന്നെ ഇങ്ങോട്ടുള്ള യാത്ര നൽകിയ ഉൻമേഷം ചില്ലറയല്ല.

വിക്രംസിംഗ് നൽകിയ ചായയ്ക്ക് നല്ല ചൂടുണ്ടായിരുന്നു. ഒറ്റ വലിക്കുതന്നെ അത് അകത്താക്കി. അപ്പോഴേക്കും അന്തരീക്ഷം മെല്ലെ തെളിഞ്ഞുതുടങ്ങിയിരുന്നു. ദൂരെ വെൺമേഘങ്ങൾ ഒരുമിച്ചുകൂടിയതുപോലെ ആദി കൈലാസത്തിന്റെ ശിരസ്സ്, ഉദയസൂര്യന്റെ കിരണങ്ങൾ തട്ടി ജ്വലിക്കുന്ന ജടാജൂഢംപോലെ ഹിമനിരകൾ... പ്രകൃതിയുടെ കരവിരുതിന്റെ അഭൗമ ശോഭകണ്ട് അയാൾ ദാബയ്ക്കു പുറത്തിറങ്ങി. കുറേനേരം ആദി കൈലാസത്തിലേക്കുതന്നെ കണ്ണിമ വെട്ടാതെ നോക്കിനിന്നു.

ഹോട്ടലിലേക്ക് തിരിച്ചുപോകണോ അതോ ഈ അഭൗമസൗന്ദര്യം ആസ്വദിച്ച് മുമ്പോട്ട് നടക്കണോ എന്ന ആശങ്കയിൽ കുറെ സമയം നിന്നു. പിന്നെ അയാളറിയാതെ തന്നെ മുന്നോട്ടു നടന്നു.

ആട്ടിൻപറ്റത്തെയും തെളിച്ചുകൊണ്ട് ആയാൾക്കെതിരെ വന്ന ഒരു പയ്യൻ നിഷ്ക്കളങ്കമായി ചിരിച്ചുകൊണ്ട് താണുവണങ്ങി. അയാൾ അവന് ഒരു ശുഭദിനം ആശംസിച്ചു.

ഹിമവാന്റെ ശിവമുടിയിലേക്കെത്തുന്നവർക്ക് എല്ലാ സൗകര്യങ്ങളും

ഒരുക്കി കൊടുത്ത് ജീവിക്കുന്ന ഒരു ജനതയെ നമുക്ക് ഹിമാലയത്തിലെവിടെയും കാണാം. തൊട്ടരികിലും അകലെയുമായ് ഉള്ള ഗ്രാമവാസികളാണവർ.

ഇവിടേക്കുള്ള യാത്രയിൽ ഉടനീളം ഗോതമ്പുവയലുകളും ചോളനിലങ്ങളും റോഡിനിരുവശത്തുമായി പൂത്തു കിടക്കുന്നതു കാണാം. കൃഷിയുടെ സീസൺ കഴിഞ്ഞാൽ അവർ ഹിമവാന്റെ മടിത്തട്ടിലേക്കെത്തും. ചിലരൊക്കെ വിക്രംസിംഗിനെപ്പോലെ ഇവിടെത്തന്നെ കൂടും. കൃഷിയിൽ നഷ്ടം നേരിട്ട് ഹിമാലയത്തിൽ തൊഴിൽ അന്വേഷിച്ചെത്തുന്നവരാണ് ഇവിടെയുള്ളവരിൽ ഭൂരിപക്ഷവും. അദ്ധ്വാനത്തിനു വിലയിടിയുമ്പോൾ ആത്മീയതയുടെ തുരുത്തുകളിൽ അഭയം തേടുന്നവർ.

ആദ്യമെത്തുമ്പോൾ ഇവിടെ സൗകര്യങ്ങൾ തീരെ കുറവായിരുന്നു. ഇന്നിപ്പോൾ സ്ഥിതി മാറി. സൗകര്യങ്ങളും സുരക്ഷിതത്വവും വർദ്ധിച്ചിരിക്കുന്നു. സഞ്ചാരികളുടെ വരവിലും ഗണ്യമായ വർദ്ധനവുണ്ടായിട്ടുണ്ട്.

ഓരോന്നാലോചിച്ചാലോചിച്ച് മുന്നോട്ടു നടന്നപ്പോൾ സൂര്യന്റെ പ്രഭാതരശ്മികൾ തട്ടി തണുപ്പിന് തെല്ലുശമനം വന്നു. രോഗത്തിന്റെ ക്ഷീണം ശരീരത്തെ തളർത്തിയിരുന്നെങ്കിലും ഇവിടെ എത്തിയശേഷം ഒരു പ്രത്യേക ഉൻമേഷം കൈവന്നതുപോലെ.

ഹിമാലയം ഉണർന്നെണീക്കുകയാണ്.ഗുഹാമുഖങ്ങൾ മന്ത്രോച്ചാരണങ്ങളാൽ മുഖരിതമായി. എങ്ങും ഔഷധഗന്ധമുള്ള കാറ്റ് വീശിയടിക്കുന്നു.

സുഹൃത്തുക്കളോടൊപ്പമുള്ള ആദ്യ ഹിമാലയൻ യാത്രയിലെ രസകരമായ ഒരനുഭവം അയാൾക്കോർമ്മ വന്നു.

ഏജീസ് ഓഫീസിലെ അക്കൗണ്ടന്റും ചിത്രകാരനുമായ സുനിലാലായിരുന്നു കഥാനായകൻ.ഗംഗോത്രിക്കുള്ള വഴിയരികിൽ ഒരു ഒറ്റക്കല്ലിൽ ധ്യാനനിമഗ്നനായിരിക്കുന്ന ഒരു സന്ന്യാസിയെ കണ്ടപ്പോൾ സുനിലാലിലെ ആത്മീയൻ ഉണർന്നു. ദേഹം മുഴുവൻ ഭസ്മം പൂശി പാതിയടഞ്ഞ മിഴികളുമായി ധ്യാനനിരതനായ ആ സന്ന്യാസിക്കുമുന്നിൽ അവൻ സാഷ്ടാംഗം നമസ്കരിച്ചു. സന്ന്യാസി അവന്റെ തലയിൽ കൈവച്ചനുഗ്രഹിച്ചു. പിന്നെ മുന്നിലിരുന്ന പുരാണഗ്രന്ഥം പോലുള്ള തടിച്ച പുസ്തകത്തിൽ നിന്നും ഒരു താള് കീറിയെടുത്ത് അതിലേക്ക് പുകയില ചതച്ചതുപോലെ എന്തോ ഒന്ന് വാരിയിട്ട് ഭദ്രമായി പൊതിഞ്ഞ് അവന് നൽകി.

ഒരു വെളിപാട് കിട്ടിയതുപോലെ സന്തുഷ്ടനായി അവൻ ഞങ്ങളുടെ അടുത്തെത്തി. പിന്നെ പൊതി തുറന്ന് ഞങ്ങളെ ഓരോരുത്തരെയായി മണപ്പിച്ചു.

നല്ല ഒന്നാന്തരം കഞ്ചാവിന്റെ ഗന്ധം മൂക്കിലേക്ക് അടിച്ചുകയറി. പിന്നെ ഒരു ജേതാവിനെപോലെ തെളിഞ്ഞു ചിരിച്ചുകൊണ്ടവൻ പറഞ്ഞു.

"എന്റെ പൊന്നുമക്കളേ, ഇത് നിങ്ങൾക്കൊന്നും പിടികിട്ടില്ല. ഞങ്ങൾക്കിടയിൽ കാണുമ്പോൾ തന്നെ ഒരു അസാധാരണ വൈബ്രേഷനുണ്ടാവും. അതാ സ്വാമിയെക്കണ്ടപ്പോഴെനിക്കും എന്നെക്കണ്ടപ്പോൾ സ്വാമിക്കും ഉണ്ടായത്."

അവനത്രയും പറഞ്ഞ് തൊട്ടടുത്ത് കണ്ട പാറയിലിരുന്ന് വിശദമായി പൊതിയഴിച്ചു.

"ശുഭ്ദിൻ, സാബ്...."

തലേന്ന് വിക്രംസിംഗിന്റെ ദാബയിൽ കണ്ട കുതിരക്കാരന്റെ സ്നേഹപ്രകടനം അയാളെ ഓർമ്മയിൽ നിന്നുണർത്തി."ടീക്ഹെ, ശുഭ്ദിൻ" അയാൾ പ്രതിവചിച്ചു.

അയാൾ പിന്നിലേക്ക് നോക്കി.

താൻ ഒരുപാട് ദൂരം നടന്നിരിക്കുന്നു.

മാലിനി ഇപ്പോൾ ഉണർന്നിട്ടുണ്ടാവണം. മുറിയിൽ തന്നെ കാണാതെ വരുമ്പോൾ പരിഭ്രമിക്കും.

അയാൾ വേഗം തിരിച്ചുനടന്നു.

സ്നാനഘട്ടിൽ നിന്നും കുളിച്ച് ഈറനായ് വന്ന അനേകം സന്ന്യാസികൾ അയാളെ കടന്നുപോയി. അയാൾ ഓരോരുത്തരിലും ഗൗതമനെ തിരഞ്ഞുവെങ്കിലും അവർക്കെല്ലാം ഏതാണ്ട് ഒരേ രൂപമായിരുന്നു.

നനഞ്ഞ ഒറ്റവസ്ത്രം, നീണ്ടുവളർന്ന ജഡ, കഴുത്തിൽ രുദ്രാക്ഷമാല, കയ്യിലെ ചെറിയ ഓട്ടുപാത്രത്തിൽ ഭസ്മം. സദാ പ്രാർത്ഥനാനിരതമായ ചുണ്ടുകൾ. അതിൽ നിന്നും ഒരാളെ വേർതിരിച്ചറിയുക സാധ്യമല്ലെന്നയാൾക്കു ബോധ്യമായി.

പക്ഷേ, വളരെ പെട്ടെന്ന് തന്നെ അയാളുടെ ചിന്തകൾക്ക് കടിഞ്ഞാൺ വീണു.

അയാൾക്കെതിരേ വന്ന ഒരു സന്ന്യാസി അയാളെത്തന്നെ പിൻതിരിഞ്ഞു നോക്കി മല കയറുന്നു.

അയാളുടെ ഹൃദയത്തിൽ ആ രൂപം എവിടെയോ കണ്ടുമറന്നതുപോലെ ഒരു പോറൽ വീഴ്ത്തി.

ഒരു പക്ഷേ......

പക്ഷേ ഉറപ്പിക്കാൻ പറ്റുന്നില്ല.

ആൽബത്തിലെ ഗ്രൂപ്പ് ഫോട്ടോയിൽ കണ്ട പരിചയമേ ഉള്ളൂ. അതു കൊണ്ട് തിട്ടപ്പെടുത്തുക വയ്യ.

എന്നാലും, മനസ്സ് വല്ലാതെ ചഞ്ചലമാകുന്നു.

ഇനി അയാൾ തന്നെ ആയിരിക്കുമോ?

ആണെങ്കിൽത്തന്നെ താനെന്തിനിത്ര വേവലാതിപ്പെടണം. അറിയില്ല, ഒരിക്കലും പിടിതരാത്ത മനസ്സിന്റെ സഞ്ചാരങ്ങൾ....

അയാൾ പിൻതിരിഞ്ഞ് സ്വാമി പോയ ദിശയിലേക്ക് നോക്കി. മലമുകളിലെത്തി സ്വാമി അയാളെത്തന്നെ ശ്രദ്ധിച്ചു നിൽക്കുന്നതായി തോന്നി.

അവർക്കിടയിൽ വീണ്ടും മഞ്ഞുപൊഴിയാൻ തുടങ്ങി.

തലേന്ന് വിക്രംസിംഗ് പറഞ്ഞത് ഓർമ്മ വന്നു.

"ഇവിടെ വളരെ പെട്ടെന്നാണ് കാലാവസ്ഥ മാറിമറിയുന്നത്."

അതുപോലെ തന്നെ സംഭവിച്ചു.

പൊടുന്നനെ കനത്ത മഞ്ഞുവീഴ്ചയിൽ കണ്ണുകൾക്കുമുന്നിൽ നിന്നും കാഴ്ചകൾ അപ്രത്യക്ഷമായി.

11

സാളഗ്രാമങ്ങൾ

അയാൾ റൂമിലെത്തിയപ്പോഴേക്കും പ്രതീക്ഷിച്ചതുപോലെ മാലിനി ഉറക്കമുണർന്നിരുന്നു.

റൂംബോയ് എത്തിച്ചുകൊടുത്ത ചൂടുവെള്ളത്തിൽ കുളിച്ച് വസ്ത്രം മാറി അവൾ റെഡിയായി നിൽക്കുകയാണ്.

"ബാത്ത്റൂമിൽ ചൂടുവെള്ളമിരിപ്പുണ്ട്. പെട്ടെന്ന് കുളിച്ചോളൂ, അല്ലെങ്കിൽ തണുത്തുപോകും"

അവൾ പറഞ്ഞു.

ഹിമാലയത്തിൽ ഏത് സമയത്താണെങ്കിലും ചൂടുവെള്ളമില്ലാതെ ഒന്നും നടക്കില്ല. അത്രയ്ക്കുണ്ട് തണുപ്പ്.

അയാൾ കുളിച്ച് വസ്ത്രം മാറി വന്നപ്പോഴേക്കും പ്രഭാതഭക്ഷണമെത്തി. പൊരിച്ച റൊട്ടിയും കിഴങ്ങുകറിയും അവർ ഒരുമിച്ചിരുന്ന് കഴിച്ചു.

പുറത്തേയ്ക്ക് പോകാനുള്ള തിടുക്കത്തിൽ അവൾ കഴിച്ചു എന്ന് വരുത്തി എഴുന്നേറ്റു. തലേ ദിവസത്തെ ക്ഷീണമൊന്നും അവളിൽ കാണാനില്ല. ഗൗതമനെ കണ്ടെത്തുക എന്നതു മാത്രമായിരുന്നു അവളുടെ ഉള്ളിൽ.

എന്നാൽ, അവളുടെ ശുഭപ്രതീക്ഷയൊന്നും അയാൾക്കുണ്ടായിരുന്നില്ല. ഗൗതമനിപ്പോൾ ജീവനോടെ ഉണ്ടാവുമോ? ഉണ്ടെങ്കിൽത്തന്നെ അത് ഹിമാലയത്തിലായിരിക്കുമോ? ആണെങ്കിൽത്തന്നെ ഏത് ആശ്രമത്തിൽ? എങ്ങനെ കണ്ടുപിടിക്കും? ഇങ്ങനെ നൂറുസംശയങ്ങളായിരുന്നു അയാൾക്ക്.

പക്ഷേ, മാലിനി തികഞ്ഞ ആത്മവിശ്വാസത്തിലായിരുന്നു. തൊട്ടടുത്തെവിടെയോ ഗൗതമൻ ഉണ്ടെന്ന്തന്നെ അവൾ വിശ്വസിച്ചു.

പുറത്തേയ്ക്കിറങ്ങിയപ്പോൾ സ്നാനഘട്ടിലേയ്ക്ക് പോകുന്നവരുടെയും അവിടെ നിന്നും തിരിച്ചുവരുന്നവരുടെയും തിരക്ക് വർദ്ധിച്ചിരുന്നു.

ആ കൂട്ടത്തിലൊന്നും അയാളില്ല എന്ന് ഉറപ്പുള്ളതുപോലെ മാലിനി

അവരെയൊന്നും ശ്രദ്ധിച്ചതേയില്ല.

ആദ്യം ദാബയിലെ വിക്രംസിംഗിനോടുതന്നെ അന്വേഷിക്കാം എന്ന യാൾ വിചാരിച്ചു.

മാലിനി പറഞ്ഞ ലക്ഷണങ്ങൾ വച്ച് എത്ര ആലോചിച്ചിട്ടും വിക്രം സിംഗിന് ആളെ തിരിച്ചറിയാനായില്ല. ഒടുവിൽ ദാബയുടെ ചായ്പിൽ ചീട്ടു കളിച്ച് സമയം പോക്കിയിരുന്ന കുതിരക്കാരോട് വിക്രംസിംഗ് അന്വേഷി ച്ചു.

അവൾ പറഞ്ഞ ലക്ഷണങ്ങൾ വച്ച് നോക്കുമ്പോൾ അളകനന്ദ നദി ക്കരയിലുള്ള ആശ്രമത്തിൽ അങ്ങനെ ഒരാളെ കണ്ടിട്ടുള്ളതായി അവർ പറഞ്ഞു. അപകടത്തിൽ പറ്റിയ ഒടിവിൽ ഇടതുകാലിന് ചെറിയ മുടന്തുള്ള തായി അവളും സമ്മതിച്ചു.

അളകനന്ദയിലേക്കുള്ള യാത്ര അത്ര എളുപ്പമായിരുന്നില്ല. ഒന്നര കി ലോമീറ്ററോളം നടന്നുതന്നെ പോകണം. ചെങ്കുത്തായപാറക്കെട്ടുകളാണ് നദിയ്ക്കിരുപുറവും. ദീർഘനേരം വണ്ടിയിൽ ഇരുന്നതുകൊണ്ടാവണം മാലി നിയുടെ കാലുകൾ നീരുവന്നു വീർത്തിരുന്നു. എന്നിട്ടും അവൾ പോകാൻ തന്നെ തീരുമാനിച്ചു.

മനുഷ്യപ്പറ്റുള്ള കുതിരക്കാരുടെയും ആടിനെ മേയ്ക്കുന്ന കുട്ടികളുടെയും സഹായത്തോടെ വളരെ സാഹസപ്പെട്ട് ഒടുവിൽ അവർ അവിടെ എത്തി ച്ചേർന്നു.

ആശ്രമപരിസരം മുഴുവൻ സ്വാമിമാരെക്കൊണ്ട് നിറഞ്ഞിരുന്നു. യോ ഗാസനത്തിൽ ധ്യാനനിരതരായ് ഇരിക്കുന്നവർ. പൂജാദ്രവ്യങ്ങളൊരുക്കു ന്നവർ. സൂര്യനമസ്കാരം ചെയ്യുന്നവർ അങ്ങനെ പലതരം കാര്യങ്ങളിൽ വ്യാപൃതരാണ് സ്വാമിമാർ. അതിനിടയിൽ അവർ ചെന്നത് ആരും ശ്രദ്ധി ച്ചതേയില്ല.

ആശ്രമകവാടത്തിൽ നിന്നും പുറത്തേയ്ക്ക് വന്ന ഒരു സ്വാമിയോട് തി രക്കിയപ്പോൾ അവർ അന്വേഷിക്കുന്ന സന്ന്യാസി ധ്യാനത്തിലാണെന്നും ഉണരുമ്പോൾ ദർശനം തരുമെന്നും പറഞ്ഞു.

മാലിനിയും അയാളും ആശ്രമപരിസരത്തുകണ്ട ഒരു മരത്തിന്റെ വേ രിലിരുന്നു. അവിടത്തെ ശാന്തതയെ ഭഞ്ജിക്കാൻ തോന്നായ്കയാൽ അവർ പരസ്പരം ഉരിയാടിയതേയില്ല.

അയാൾ ആശ്രമപരിസരം വിശദമായി നോക്കിക്കണ്ടു. അവൾ അഗാ ധമായ എന്തോ ഓർമ്മകളിൽ മുഴികിപ്പോയിരുന്നു. അയാൾ അവളെ ശല്യ പ്പെടുത്തിയില്ല.

ഗൗതമനെ അവസാനമായി കണ്ടത് ഓർത്തെടുക്കാൻ ശ്രമിക്കുകയാ യിരുന്നു അവൾ.

മുംബെയിലെ ഫ്ളാറ്റിൽ വച്ചായിരുന്നു ആ കൂടിക്കാഴ്ച. ഇപ്പോൾ രണ്ടു വർഷത്തിലേറെയായിട്ടുണ്ടാവണം. അന്നൊരു ദീപാവലി ദിവസമായി രുന്നു. കത്തിച്ചുവച്ച മൺചെരാതുകളുടെ നക്ഷത്രവെളിച്ചത്തിൽ ഫ്ളാറ്റ് മുഴുവൻ മുങ്ങി നിൽക്കുമ്പോൾ ഏകാന്തതയുടെ ഇരുട്ടിൽ അവൾ മാത്രം

മുറിയടച്ചിരുന്നു. അപ്പോഴാണ് അകത്തേയ്ക്കു വീശിയടിച്ച ചെറുകാറ്റിൽ ഒരു കർപ്പൂരഗന്ധവും മുറിയിലേയ്ക്കു കടന്നു വന്നത്.

അവൾ ചെന്ന് വാതിൽ തുറക്കുമ്പോൾ വരാന്തയിൽ ഗൗതം. നിലത്ത് കത്തിനിൽക്കുന്ന കർപ്പൂരം. ക്ഷീണിച്ച മുഖം.

വന്നപാടെ അയാൾ കുളിമുറിയിൽ കടന്ന് ദേഹശുദ്ധി വരുത്തി. പിന്നെ നിലവിളക്കിനുമുന്നിൽ കുറേനേരം ധ്യാനനിരതമായ് നിലകൊണ്ടു.

മാലിനി അപ്പോഴേക്കും ഡൈനിംഗ്ടേബിളിൽ കഞ്ഞിയും പയറും ചുട്ടപപ്പടവും എടുത്തുവച്ചു. ചിന്നമ്മാന്റി കൊടുത്ത കടുമാങ്ങയും ഉണ്ടായിരുന്നു.

എന്നുവരും എന്ന് ഉറപ്പില്ലാത്തതുകൊണ്ട് എല്ലാദിവസവും കരുതിവയ്ക്കുക അവളുടെ പതിവായിരുന്നു. പരസ്പരം ഒന്നും മിണ്ടാതെ തന്നെ അയാൾ കഞ്ഞികുടിച്ചെണീറ്റു. പിന്നെ ഭാണ്ഡക്കെട്ടിനുള്ളിൽ നിന്നും പട്ടാളക്കാർ നിലത്തു വിരിച്ചു കിടക്കാറുള്ള ഒരു കട്ടിയുള്ള 'ടെറി' പുറത്തെടുത്ത് വരാന്തയിൽ വിരിച്ചു. വന്നാൽ, അവിടെയാണു കിടപ്പ്. അവൾ വാതിൽ പതിയെ ചാരി. ഗൗതം പുറത്തുള്ളപ്പോൾ അവൾ വാതിലടച്ച് കുറ്റിയിടാറില്ല.

രാവിലെ ബെഡ്കോഫിയുമായി എത്തുമ്പോഴേയ്ക്കും പതിവുപോലെ കത്തിനിൽക്കുന്ന കർപ്പൂരം മാത്രമേ വരാന്തയിൽ അവശേഷിച്ചിരുന്നുള്ളൂ. അവൾക്കു ചുറ്റും തലേദിവസം പൊട്ടാതെപോയ നനഞ്ഞ പടക്കങ്ങളുടെ ചെറുചെറുപൊട്ടിത്തെറികളുയർന്നു.

പിന്നീട് ഗൗതം ഫ്ളാറ്റിലേയ്ക്കു വന്നതേയില്ല. ബാംഗ്ളൂർക്ക് താമസം മാറ്റുമ്പോൾ വിശദമായ വഴിയും മേൽവിലാസവും ചിന്നമ്മാന്റിയെ ഏൽപിച്ചിരുന്നു. പക്ഷേ, വന്നില്ല.

ഇന്നിപ്പോൾ ചരിത്രത്തിന്റെ വിപരീതസഞ്ചാരംപോലെ അവൾ അവനെ തേടിയെത്തിയിരിക്കുന്നു. സംഹാരമൂർത്തിയായ പരമശിവനുമുന്നിൽ ശരണാർഥിയായ് നിൽക്കുന്ന സതീദേവിയെപ്പോലെ.

ജീവിതത്തിൽ എന്തെല്ലാം വേഷങ്ങൾ കെട്ടിയാടേണ്ടിവരും എന്നവളോർത്തു. ആരോടെല്ലാം എന്തെല്ലാം മറച്ചുപിടിച്ചാണ് ജീവിക്കേണ്ടിവരിക. അതിന്റെ പേരിൽ അപമാനിക്കപ്പെടുമ്പോഴും, അഗ്നിപരീക്ഷണങ്ങൾക്ക് നിന്നുകൊടുക്കുമ്പോഴും മനസ്സിനെ നിയന്ത്രിക്കണം. വേണമെങ്കിൽ എല്ലാം എല്ലാവരോടും തുറന്നുപറഞ്ഞ് ആശ്വസിക്കാം. പക്ഷേ, അപ്പോൾ നീറി നീറി ഇല്ലാതാവേണ്ടിവരുന്നത് മറ്റുള്ളവരാണ്. സ്നേഹിച്ച ആരേയും അങ്ങനെ ശിക്ഷിക്കാൻ തോന്നുന്നില്ല. അതുകൊണ്ട് തനിയ്ക്കായ് ഒരുക്കിയ ചിതയിൽ താൻ തന്നെ എരിഞ്ഞുതീരട്ടെ.

മാലിനി മിഴികളടച്ച് പ്രാർത്ഥനാപൂർവ്വം സന്ന്യാസിയെ കാത്തുനിന്നു.

ശിഥിലമായ ഓർമ്മകളാൽ പ്രക്ഷുബ്ധമായിരുന്നു അയാളുടെ മനസ്സും. മാലിനിയും കുതിരക്കാരും പറഞ്ഞ ലക്ഷണങ്ങൾ എകദേശം ഒരേപോലെയാണ്. അങ്ങനെയാണെങ്കിൽ അത് അവൾ അന്വേഷിക്കുന്ന ഗൗതം തന്നെ. ഇനി ഇയാൾത്തന്നെയാവുമോ രാവിലെ ആദികൈലാസത്തിലേയ്ക്കുള്ള തിരിവിൽ വച്ച് തന്നെത്തന്നെ തുറിച്ചുനോക്കിനിന്നയാൾ? ഒന്നും അങ്ങു നിശ്ചയിക്കാൻ പറ്റുന്നില്ല.

യാത്രയ്ക്കിറങ്ങി പുറപ്പെട്ടപ്പോൾ മനസ്സിത്രയും വേവലാതിപ്പെട്ടിരുന്നില്ല. ഇപ്പോൾ തോന്നുന്നു വേണ്ടായിരുന്നുവെന്ന്. അവർ ഭാര്യാഭർത്താക്കന്മാർ, അവരുടെ പുനസ്സമാഗമത്തിനിടയിൽ ഒരന്യനായി ഞാൻ...!

അങ്ങനെ വിചാരിക്കേണ്ടതുണ്ടോ? വെറും അന്യനായിട്ടല്ലല്ലോ, അവളിൽ എനിക്കും ചില അവകാശങ്ങളില്ലേ? രേഖകളുടെയും ചടങ്ങുകളുടെയും പിൻബലത്തിൽ മാത്രമല്ലല്ലോ ഒരു മനസ്സിന് മറ്റൊരു മനസ്സിൻമേലുള്ള അവകാശം നിലനിൽക്കുക.

ഇനി, മാലിനിയുടെ ഉള്ളിലിരുപ്പ് എന്തായിരിക്കും. എന്തിനുവേണ്ടിയാണ് അവൾ എന്നെയും ഈ യാത്രയിൽ ഒപ്പം കൂട്ടിയത്. എന്നോട് പ്രതികാരം ചെയ്യുകയാണോ? എന്തിന്?

ആകെ കുഴഞ്ഞുമറിഞ്ഞ അയാളുടെ ചിന്തകൾക്ക് കടിഞ്ഞാണിട്ടുകൊണ്ട് അവർക്കുമുന്നിലേക്ക് രണ്ടുപേരുടെ സഹായത്തോടെ അവർ കാത്തിരുന്ന സ്വാമി കടന്നുവന്നു.

കൂടെ അനുഗമിച്ച ഒരു ശിഷ്യൻ തന്റെ കയ്യിലിരുന്ന പീഠം നിലത്തുവച്ചു. സ്വാമി അതിലേക്കിരുന്നു. മറ്റെയാൾ നിലത്തുവിരിച്ച ജമുക്കാളത്തിൽ സ്വാമിയുടെ നിർദ്ദേശപ്രകാരം മാലിനി ഇരുന്നു. അയാൾ ദൂരെ മാറിനിന്നതേയുള്ളു.

അവൾ സ്വാമിയെത്തന്നെ സൂക്ഷ്മമായി ശ്രദ്ധിക്കുന്നുണ്ടായിരുന്നു. പക്ഷേ, സ്വാമിയുടെ മുഖത്തുനിന്നും ഒന്നും വായിച്ചെടുക്കാൻ പറ്റുന്നില്ല. ഒരു പരിചിതഭാവവും ആ മുഖത്തില്ല. മാലിനിയുടെ ആൽബത്തിൽ കണ്ടുള്ള പരിചയം മാത്രമുള്ളതിനാൽ ഈ ജഡാധാരിയിൽ നിന്നും ആ മുഖം വേർതിരിച്ചെടുക്കാൻ അയാൾക്കു കഴിഞ്ഞില്ല.

തീരെ പതിഞ്ഞ ശബ്ദത്തിൽ സ്വാമി അവളുടെ ആഗമനോദ്ദേശ്യം തിരക്കി.

മാലിനിയുടെ ഉത്തരം, ചാഞ്ഞുപെയ്യ മഴപോലുള്ള ഒരു കരച്ചിലായിരുന്നു.

"കരയരുത് മകളേ, പരമശിവന്റെ ഇരിപ്പിടം കണ്ണീരൊഴുക്കാനുള്ള ഇടമല്ല; പാപങ്ങൾ വിട്ടൊഴിഞ്ഞ ആത്മവിശ്രാന്തിയുടെ സമതലമാണ്. നോക്കു പ്രകൃതിതന്നെ എത്ര സന്തോഷത്തിലാണ്. പക്ഷികൾ, മൃഗങ്ങൾ, വൃക്ഷലതാദികൾ ഒക്കെയും ആത്മനിർവൃതിയുടെ ആനന്ദാനുഭൂതിയിലാണ്. നമുക്കും അതിനു കഴിയണം. അതിന് ജന്മബന്ധങ്ങളുടെയും കർമ്മപാശങ്ങളുടെയും കെട്ടുപൊട്ടിക്കണം. അതുകൊണ്ട്, കണ്ണീർ തുടച്ച് നീ നിന്റെ ദു:ഖകാരണം ഉണർത്തിക്കുക."

മാലിനി തന്റെ ഹൃദയത്തിന്റെ അടച്ചിട്ട അറകൾ ഒന്നൊന്നായ് സ്വാമിക്കുമുന്നിൽ തുറന്നിട്ടു.

മിഴികൾ പൂട്ടി മറ്റേതോ ലോകത്തെന്നതുപോലെ എല്ലാം കേട്ടിരുന്ന സ്വാമി ഒടുവിൽ പറഞ്ഞു.

"മകളേ, നീ ദക്ഷപ്രജാപതിയുടെ പുത്രിയും സാക്ഷാൽ പരമശിവന്റെ ധർമ്മ പത്നിയുമായിരുന്ന സതീദേവിയുടെ അനുഭവകഥ കേട്ടിട്ടില്ലേ?"

എന്നിട്ട് സ്വാമി അവളോടാ കഥ പറഞ്ഞു തുടങ്ങി.

"പ്രജാപതികളുടെ കൂട്ടത്തിൽ പ്രഥമസ്ഥാനം ലഭിച്ച ദക്ഷൻ ഒരു യാഗം നടത്താൻ തീരുമാനിച്ചു. പക്ഷേ യാഗത്തിലേക്ക് ശ്രീപരമേശ്വരനെ ക്ഷണിച്ചില്ല. എന്നാൽ തന്റെ പിതാവിന്റെ യാഗത്തിൽ പങ്കെടുക്കാൻ സതീദേവി താൽപ്പര്യം പ്രകടിപ്പിച്ചു. തനിക്കു പ്രവേശനമില്ലാത്ത യാഗത്തിൽ പങ്കെടുത്താൽ നീ അപമാനിക്കപ്പെടും എന്നു ശിവൻ മുന്നറിയിപ്പു നൽകി. പക്ഷേ, ശിവന്റെ വാക്കു കേൾക്കാതെ സതീദേവി യാഗത്തിൽ

പങ്കെടുത്ത് അപമാനിതയായി.

ഒടുവിൽ സതീദേവിയുടെ ജീവൻ അഗ്നിനാളങ്ങൾ ഏറ്റുവാങ്ങി. ആ അഗ്നിയിൽ നിന്നും പരമശിവൻ പാർവ്വതിയെ വീണ്ടെടുത്തു. 'ഉമ' എന്ന പേരിട്ട് തന്റെ പാതിശരീരം നൽകി. പുരുഷനും പ്രകൃതിയുമായി ജലവും ഭൂമിയുമായി വായുവും ആകാശവുമായി ഉമയും പരമേശ്വരനും പ്രപഞ്ചത്തിന്റെ പ്രാണനായി.

ഉമ പരമേശ്വരനു പ്രിയപ്പെട്ടവളാകയാൽ അവൾക്കു സങ്കടങ്ങളില്ല, അവൾക്കു മരണമില്ല. നിന്റെ മകൾ ഉമയും നീ ദഹിച്ചില്ലാതായ യാഗാഗ്നിയിൽ നിന്നും ജന്മമെടുത്തവളാണ്. അവൾ തന്റെ പ്രിയപ്പെട്ടവനുമായ് ദീർഘസുമംഗലിയായി വാഴും. നിനക്കു നഷ്ടപ്പെട്ട സൗഭാഗ്യങ്ങൾ അവൾ വീണ്ടെടുക്കും. നീ അപമാനിക്കപ്പെട്ടിടത്തൊക്കെ അവൾ ബഹുമാനിക്കപ്പെടും. അവളെയോർത്ത് നിനക്ക് ദു:ഖിക്കേണ്ടിവരില്ല."

സ്വാമി അവളുടെ ശിരസ്സിൽ കൈവച്ച് അവളെ അനുഗ്രഹിക്കുകയും ആശ്വസിപ്പിക്കുകയും ചെയ്തു. സ്വാമിയുടെ വാക്കുകൾ അവളുടെ ഉള്ളിലെ തീകെടുത്തി. തിരകളടങ്ങിയ കടലുപോലെ അവളുടെ മനസ്സുശാന്തമായി.

സ്വാമി പോകാനായി എഴുന്നേറ്റു. പോകും മുൻപ് അവളോടിത്രയും കൂടി പറഞ്ഞു.

"ഭൂമിക്കടിയിലേയ്ക്ക് അന്തർധാനം ചെയ്ത സരസ്വതീ നദിയെ വിണ്ടെടുക്കുക അസാധ്യം. അതുപോലെയാണ് നിന്റെ ഉള്ളിൽ നിന്നും പുറത്താക്കിയതിനെ നീ അന്വേഷിച്ചുചെല്ലുന്നത്. സ്വാമി പരമഹംസ യോഗാനന്ദജി പറഞ്ഞിട്ടുണ്ട്. നീ ഹിമാലയം അന്വേഷിച്ചുനടക്കേണ്ടതില്ല. അതു നിന്റെ ഉള്ളിൽ തന്നെയുണ്ട് എന്ന്. നിരാമയമായ ഈശ്വരസാന്നിധ്യം അവിടെ ഉണ്ട്. അവിടെ നീ നിത്യം വിളക്കുവയ്ക്കുക. ഹൃദയ വ്യഥകളുടെ മഞ്ഞുമലകളലിഞ്ഞ് അലിവിന്റെ തെളിനീരുറവ ഉണരും. മോക്ഷ പദത്തിലേയ്ക്കെത്താനുള്ള മാർഗ്ഗം അതൊന്നു മാത്രമാണ്. സന്തോഷത്തോടെ തിരിച്ചുപോകുക. കടമകൾ നിന്നെ കാത്തിരിക്കുന്നു."

സന്ന്യാസി പീഠത്തിൽ നിന്നെണീറ്റ് ശിഷ്യന്മാരോടൊപ്പം ആശ്രമത്തിനുള്ളിലേയ്ക്കുപോയി.

മാലിനി മിഴികളടച്ച് കുറേ നേരം കൂടി അതേ നിൽപ്പ് തുടർന്നു. അവളുടെ കണ്ണുകൾ നിറഞ്ഞൊഴുകുന്നുണ്ടായിരുന്നു. അയാൾ അവളെ ചേർത്തുപിടിച്ച് പാറക്കെട്ടുകൾ വഴി തിരിച്ചിറങ്ങി.

സൂര്യൻ കൈലാസത്തിനുമേൽ സ്വർണ്ണവർണ്ണങ്ങൾ വാരിവിതറി. ഹിമാലയവും സമീപ ശൃംഘലങ്ങളും വെൺപട്ടുപോലെ തിളങ്ങി. മഞ്ഞു മാറിയ ആദികൈലാസം അവർക്കുമുന്നിൽ ആനന്ദദായകമായ കാഴ്ചയായി. മന്ത്രധ്വനികളാൽ മുഖരിതമായ അന്തരീക്ഷം വേറേതോ ഒരു ലോകത്ത് എത്തിപ്പെട്ട അനുഭൂതിനൽകി.

മാലിനിയുടെ മുഖം ആ സൂര്യപ്രഭയിൽ ചുവന്നു തുടുത്തു. ശരീരത്തിനും മനസ്സിനും അസാധാരണമായ ഒരു ഭാരക്കുറവ്, അവൾക്കനുഭവപ്പെട്ടു.

കാറ്റിലകപ്പെട്ട ഒരു തൂവൽകണക്കെ അവൾ ഭൂമിക്കു മുകളിൽ പാറി നടന്നു.

12

ബഹുവചനങ്ങൾ

റൂമിൽ ചെന്നിട്ടും മാലിനി ഒന്നും പറഞ്ഞതേയില്ല. പുറമേയ്ക്ക് ശാന്തമായ് തോന്നുമെങ്കിലും ഉള്ളിലവൾ പ്രക്ഷുബ്ധമായ കടലുപോലെ ഇളകി മറിയുന്നതായി അവളുടെ മൗനത്തിൽ നിന്നും മനസ്സിലായി. അയാളുടെ അവസ്ഥയും ഏതാണ്ട് അങ്ങനെയൊക്കെത്തന്നെയായിരുന്നു.

ചെന്നയുടൻ മാലിനി കണ്ണുകൾ ഇറുകി അടച്ച് ഈ ലോകത്ത് നിന്ന് തന്നെ അന്യയായതുപോലെ കട്ടിലിൽ കയറി കിടന്നു. ബാഗിൽ നിന്നും ടൈഗർബാം എടുത്ത് അയാൾ അവളുടെ പാദങ്ങളിൽ തടവിക്കൊടുത്തു. ദുർഘടം പിടിച്ച വഴിയിലൂടെയുള്ള ആ യാത്ര വല്ലാതെ തളർത്തിക്കളഞ്ഞിട്ടാവണം കിടന്ന ഉടനെ മാലിനി ഉറക്കം പിടിച്ചു.

ബ്ലാങ്കറ്റ് വലിച്ചിട്ട് ശരീരം പാതിയോളം മൂടിപ്പുതപ്പിച്ചശേഷം അയാളും പുറത്തേക്കിറങ്ങി. അന്തരീക്ഷത്തിലും അയാളുടെ ഉള്ളിലും നേർത്ത മഞ്ഞു വീഴ്ച തുടങ്ങിയിരുന്നു.

ഈ സന്ന്യാസിയെത്തന്നെയാണ് രാവിലെ താൻ കണ്ടതെന്ന് അയാളുടെ മനസ്സ് പറഞ്ഞു. ഒരു മിന്നായം പോലെ മാത്രമേ കണ്ടിട്ടുള്ളൂവെങ്കിലും ആൽബത്തിൽ കണ്ട മുഖത്തോട് നല്ല സാമ്യം തോന്നി. വസ്ത്രധാരണത്തിലുള്ള വ്യത്യാസവും സാധാരണയിൽ കവിഞ്ഞുള്ള താടിരോമങ്ങളുടെ വളർച്ചയും ഒഴിവാക്കി ചിന്തിച്ചാൽ അയാൾ തന്നെ. രാവിലെ തന്നെനോക്കുമ്പോൾ ആ കണ്ണുകളിലെ ഭാവം രൂക്ഷവും തീവ്രവും ആയിരുന്നെങ്കിൽ ഇപ്പോഴത് ശാന്തവും സൗമ്യവുമാണെന്ന് മാത്രം. അവൾ പറഞ്ഞ ലക്ഷണങ്ങളും കുതിരക്കാരുടെ കണക്കുകൂട്ടലും ശരിതന്നെ. എങ്കിൽ പിന്നെന്തുകൊണ്ടാണ് മാലിനി അയാളെ തിരിച്ചറിയാഞ്ഞത്. ഇനി, ഒരു പക്ഷേ, ഇതൊക്കെ തന്റെ ഭ്രാന്തൻ ചിന്തകളാവുമോ? ആലോചിക്കുംതോറും അയാളുടെ തലച്ചോറിൽ കടന്നലുകളിളകി.

ഒരു പക്ഷേ, മാലിനി ഗൗതമനെ തിരിച്ചറിഞ്ഞിട്ടുണ്ടാവണം. അതു

കൊണ്ടായിരിക്കാം ഈ മൗനം. തന്റെ സംശയങ്ങൾക്കൊന്നും അവൾ മറുപടി പറഞ്ഞില്ലല്ലോ എന്നയാൾ ഓർത്തു. അവരെന്തിനാണീ നാടകം കളിക്കുന്നതെന്ന് മനസ്സിലാവുന്നില്ല. എല്ലാകാര്യവും പറഞ്ഞ് ഗൗതമനെ വീട്ടിലേക്ക് കൂട്ടിക്കൊണ്ട് പോകാനല്ലേ അവൾ വന്നത്? പിന്നെന്തുകൊണ്ടാണ് അയാളുടെ നുണകൾക്കു മുന്നിൽ അവൾ ഉത്തരം മുട്ടി നിൽക്കുന്നത്.

എത്ര ആലോചിച്ചിട്ടും അയാൾക്ക് ഒരുത്തരം കണ്ടെത്താനായില്ല. തങ്ങൾ കണ്ട സ്വാമി ഗൗതമൻ തന്നെയോ എന്ന് ഉറപ്പുവരുത്താതെ അയാൾക്കുറക്കം വരുമായിരുന്നില്ല. ഡോക്ടർമാരുടെ കർശനമായ വിലക്കുകളുണ്ടായിരുന്നിട്ടും അയാൾ വീണ്ടും അളകനന്ദയിലേക്കുള്ള മല കയറാൻ തന്നെ തീരുമാനിച്ചു.

പിന്നെ ഒട്ടും താമസിച്ചില്ല. വിക്രംസിംഗിന്റെ ദാബയിൽ നിന്നും കടുപ്പത്തിലൊരു ചായകുടിച്ച് രാവിലത്തെ ഗുളികകളും കഴിച്ച്, കയ്യിൽ കരുതിയിരുന്ന ഫ്ളാസ്കിൽ നിറച്ച് ചൂടുവെള്ളവും വാങ്ങി അയാൾ യാത്ര തുടങ്ങി. കാലൊന്നു വഴുക്കിയാൽ അഗാധമായ കുഴിയിലേയ്ക്കു പതിക്കുംവിധം ചരിവുള്ള പാറക്കെട്ടുകൾ വഴി അതിസാഹസികമായി അയാൾ പിന്നെയും സഞ്ചരിച്ചു.

ഭാഗ്യത്തിന് അധികദൂരം അങ്ങനെ സഞ്ചരിക്കേണ്ടിവന്നില്ല. കയറ്റത്തിന്റെ ആദ്യത്തെ സമതലത്തിൽ ഒന്നു വിശ്രമിക്കാനിരിക്കെ മുകളിൽ നിന്നും പരിവാരസമേതനായ് ഇറങ്ങിവരുന്ന സ്വാമിയെ കണ്ടു. അയാളെ കണ്ടതും സ്വാമി നിന്നു.

"ക്ഷമിക്കണം എനിക്ക് അങ്ങയോടു മാത്രമായ് ചിലത് സംസാരിക്കുവാനുണ്ട്"

അയാൾ അർഥമാക്കിയത് എന്തെന്ന് മനസ്സിലാക്കിയ സ്വാമി ശിഷ്യൻമാരോട് മുമ്പോട്ട് നടന്നുകൊള്ളുവാൻ നിർദ്ദേശം നൽകി. അല്പം മടിച്ചിട്ടാണെങ്കിലും അവർ സ്വാമിയെ തനിച്ചാക്കി താഴേയ്ക്കുള്ള ഇറക്കം ഇറങ്ങി.

തൊട്ടടുത്തു തന്നെയുള്ള ഒരു ഭൂർജ്ജമരത്തിനു ചുവട്ടിലേക്ക് സ്വാമി നടന്നു. അയാൾ പിന്നാലെയും. മരത്തണലിലേയ്ക്കുചേർന്നു നിന്നുകൊണ്ട് സ്വാമി അയാളെ നോക്കി. ആമുഖങ്ങളൊന്നുമില്ലാതെ അയാൾ ചോദിച്ചു.

"സത്യം പറ. ഈ കാഷായവസ്ത്രത്തിനുള്ളിലുള്ളത് ഗൗതമനല്ലേ?"

"ഏത് ഗൗതമൻ?"

സ്വാമിയുടെ സ്വരം ശാന്തമായിരുന്നു.

"മുംബൈയിലെ അറിയപ്പെടുന്ന ഫാഷൻ ഫോട്ടോഗ്രാഫർ, മലയാളിയായ മാലിനിയുടെ ഭർത്താവ്."

"നോക്കൂ, ഞങ്ങൾ സന്ന്യാസിമാർ പൂർവ്വാശ്രമങ്ങളില്ലാത്തവരാണ്. എവിടെ ജനിച്ചെന്നോ എവിടെ വളർന്നെന്നോ അറിയാൻ ഞങ്ങൾ ആഗ്രഹിക്കാറില്ല."

ശാന്തമെങ്കിലും ദൃഢമായിരുന്നു സ്വാമിയുടെ ഉത്തരം.

"ഗുജറാത്തിലെ ജാംനഗറിലുണ്ടായ ഒരപകടത്തിൽ ഗുരുതരമായി പരിക്കേറ്റുകിടന്ന നിങ്ങളെ രക്ഷിച്ചതും ശുശ്രൂഷിച്ചതും ഒരു സന്ന്യാസിയ

ല്ലേ? അങ്ങനെയല്ലേ നിങ്ങളീ ഹിമാലയത്തിൽ എത്തപ്പെട്ടത്.?"

അയാളുടെ സ്വരം പരുക്കനായി.

"ഈശ്വരൻ എന്ന പരമമായ സത്യത്തിലേയ്ക്ക് ഒഴുകിപ്പരക്കുന്ന ചെറുജലാശയം മാത്രമാണ് ഞാൻ. പ്രാർത്ഥനയും പരിത്യാഗവുമാണ് ഒരു സന്ന്യാസിയുടെ ജീവിതം."

സ്വാമി പ്രതിവചിച്ചു.

"നാടകം നന്നായിരിക്കുന്നു. നിങ്ങൾക്കു ഭൂതകാലം മറക്കാം, മാലിനിയെ മറക്കാം. പക്ഷേ, നിങ്ങളുടെ രക്തത്തിലും ബീജത്തിലും ജന്മമെടുത്ത ഉമയെ മറക്കാൻ പറ്റുമോ?"

അയാൾ കൂടുതൽ ക്ഷുഭിതനായി.

"ഭൗതീകമായ എല്ലാ പ്രലോഭനങ്ങൾക്കും അതീതമായ ആത്മചൈതന്യം തേടിയുള്ള യാത്രയാണിത്. അതുകൊണ്ടുതന്നെ നിന്റെ വാക്കുകൾ എന്നെ വേദനിപ്പിക്കുന്നതേയില്ല. സഹോദരാ.."

സ്വാമി ശാന്തത വെടിഞ്ഞില്ല.

"പരമമായ ഈശ്വരസാക്ഷാത്ക്കാരത്തിലേയ്ക്കുള്ള യാത്ര ജന്മം കൊടുത്തതിനെ തള്ളിക്കളഞ്ഞിട്ടുവേണോ?"

അയാൾ ക്ഷോഭം മറച്ചുവച്ചില്ല.

സ്വാമി കയ്യുയർത്തി അയാളെ തടഞ്ഞുകൊണ്ട് പറഞ്ഞു.

"ഞാൻ ആർക്കും ജന്മം കൊടുത്തിട്ടില്ല. ആരുടെയും ജീവനെടുത്തിട്ടുമില്ല. അങ്ങനെ വിചാരിക്കുന്നത് നിങ്ങളുടെ സങ്കല്പം മാത്രം. സത്യം ഇതൊന്നുമല്ല; സൂര്യനിൽ നിന്നും എത്ര മറച്ചു പിടിച്ചാലും നിങ്ങളുടെ നിഴലുകൾ നിങ്ങളെ വേട്ടയാടും. അതുപോലെയാണ് സത്യവും."

"നിങ്ങളുടെ ഭാഷ എനിക്ക് മനസ്സിലാവുന്നില്ല."

അയാൾ ക്ഷോഭത്തെ നിയന്ത്രിച്ചു.

"ഭാഷ ഒരു മതിലാണ്. അത് തകർക്കപ്പെടുമ്പോഴാണ് സത്യം വെളിവാക്കപ്പെടുന്നത്. എന്റെ ഭാഷ നിങ്ങൾക്ക് മനസ്സിലാവുന്നില്ലെങ്കിൽ അതിന്നർത്ഥം നിങ്ങളെന്തോ എന്നിൽ നിന്നും മറച്ചുപിടിക്കുന്നു എന്നാണ്."

സ്വാമിയുടെ ഉത്തരത്തിൽ തന്റെ നേരെ നീളുന്ന ഒരു ചൂണ്ടുവിരൽ അയാൾ കണ്ടു. പക്ഷേ, തന്റെ മുന്നിൽ നിൽക്കുന്നത് ഗൗതമൻ തന്നെ എന്ന് ഉറപ്പിക്കാനുള്ള ശ്രമത്തിൽ അയാളതു കണ്ടില്ലെന്ന് നടിച്ചു.

"നിങ്ങളുടെ ഈശ്വരനെപ്പോലെ ഉമ ഒരു സങ്കൽപമല്ല; യാഥാർത്ഥ്യമാണ്. നിങ്ങൾ എങ്ങനെയൊക്കെ തിരസ്ക്കരിച്ചാലും അവളുടെ സിരകളിലൊഴുകുന്ന ചോര അത് വിളിച്ചുപറയും."

സ്വാമി അത് കേട്ട് ഒന്ന് പുഞ്ചിരിച്ചു.

"കാമനകളെ ദമനം ചെയ്ത സന്ന്യാസിയാണ് ഞാൻ. എന്നെ പ്രകോപിപ്പിക്കാൻ നിനക്കാവില്ല മകനേ.... ഞാൻ ഒരിക്കലും മാലിനിയുടെ ഭർത്താവോ ഉമയുടെ പിതാവോ ആയിരുന്നില്ല. ഉറക്കത്തിലും ഉണർവ്വിലും അവളുടെ മനസ്സിൽ നിങ്ങളായിരുന്നു. നിങ്ങൾ മാത്രം.എനിക്കറിയാം അവളോടുള്ള പ്രണയം ഇപ്പോഴും നിറം മങ്ങാതെ നിന്റെ ഉള്ളിലുമുണ്ട്. അതു

കൊണ്ട് ഉമയുടെ അച്ഛന്റെ സ്ഥാനത്തു നിന്നല്ല അച്ഛനായിത്തന്നെ നിന്ന് നീ നിന്റെ കടമകൾ നിർവ്വഹിക്കുക. നിങ്ങളെ ഈശ്വരൻ അനുഗ്രഹിക്കും."

തന്റെ മുന്നിൽ നിൽക്കുന്നത് ഗൗതമൻ തന്നെയാണെന്ന് തിരിച്ചറിഞ്ഞ ആ നിമിഷം അയാളുടെ ഉള്ളിൽ ഒരു മഞ്ഞുമല ഇടിഞ്ഞുവീണതുപോലെ തോന്നി. ഉള്ളിലുണർന്ന വീര്യമത്രയും ഉറഞ്ഞു കട്ട പിടിച്ചതുപോലെ. കാലുകൾ പറിച്ചുവയ്ക്കാനാവുന്നില്ല. ശബ്ദം തൊണ്ടയിൽ തടഞ്ഞു നിൽക്കുന്നു.

പറയാനുള്ളതെല്ലാം പറഞ്ഞുകഴിഞ്ഞതുപോലെ ഗൗതമൻ മുന്നോട്ടു നടന്നു. അൽപദൂരം ചെന്നതിനുശേഷം അയാൾ തിരികെ വന്നു.

"രാവിലെ നാം തമ്മിൽ കണ്ടപ്പോൾ മുതൽ നിങ്ങളെന്നെ അന്വേഷിച്ച് വരും എന്നെനിക്കുറപ്പുണ്ടായിരുന്നു. അതുകൊണ്ടാണ് ഞാൻ പതിവുകൾ തെറ്റിച്ച് ആശ്രമത്തിൽ കാത്തിരുന്നത്.

എന്നാൽ, ഇപ്പോൾ ഇവിടെ ഈ കൂടിക്കാഴ്ച. അത് മനസ്സിൽനിന്നും മായ്ച്ചുകളഞ്ഞേക്കുക. നിങ്ങളിവിടെ വന്നിട്ടുമില്ല, എന്നെ കണ്ടിട്ടുമില്ല....."

പിന്നെ ഒന്നും പറയാനും കേൾക്കാനും നിൽക്കാതെ ഗൗതമൻ അയാളെ അവിടെ ഉപേക്ഷിച്ച് മുന്നോട്ടു നടന്നു.

അയാൾ കുറെനേരത്തേയ്ക്കുകൂടി അവിടെത്തന്നെ നിന്നുപോയി

ഗൗതമൻ പറഞ്ഞ പലതിന്റെയും പൊരുൾ എത്ര ആലോചിച്ചിട്ടും അയാൾക്ക് ഇഴ പിരിച്ചെടുക്കാനായില്ല. എപ്പോഴോ ഗൗതമന് മുന്നിൽ തോറ്റുപോയതുപോലെ ഒരു തോന്നൽ.

ഉത്തരം കിട്ടാത്ത ചോദ്യങ്ങളുടെ മുഴുവൻ ഭാരവും നെഞ്ചിൽ ഏറ്റുവാങ്ങിയാണ് അയാൾ റൂമിലേയ്ക്ക് ചെന്നു കയറിയത്. ഉത്തരങ്ങൾ പലതും മാലിനിയുടെ ഉള്ളിലുണ്ടെന്ന് അയാൾക്കറിയാമായിരുന്നു.

രാവിലെ നമ്മൾ കണ്ട സ്വാമി ഗൗതമൻ തന്നെ എന്നറിയുമ്പോൾ അവളുടെ പ്രതികരണം എന്തായിരിക്കും? വീണ്ടും അയാളെ കാണാൻ മാലിനി ശാഠ്യം പിടിക്കുമോ? വീണ്ടും ഒരു കൂടിക്കാഴ്ചയ്ക്ക് ഗൗതമൻ സമ്മതിക്കുമോ. എന്നിങ്ങനെ ആശങ്കകൾ ഉള്ളിൽ പെരുകിവന്നു.

പക്ഷേ, സംഭവിച്ചത് നേരെ വിപരീതമായിരുന്നു. അയാൾ ചെന്ന് കയറിയത് അവൾ ശ്രദ്ധിച്ചതേയില്ല. അവൾ വസ്ത്രങ്ങളൊക്കെ പെട്ടിയിൽ അടുക്കിവയ്ക്കുന്ന തിരക്കിലായിരുന്നു. അയാൾക്കൊന്നും മനസ്സിലായില്ല.

"മാലിനീ...,എന്തിനാണെല്ലാം പായ്ക്ക് ചെയ്യുന്നത്?"

അപ്പോൾ മാത്രമാണ് അവൾ അയാളെ ശ്രദ്ധിച്ചത്.

"ഞാൻ ട്രാവൽ ഏജൻസിയിൽ വിളിച്ച് രാത്രി വണ്ടിക്ക് രണ്ടു സീറ്റുകൾ ബുക്ക് ചെയ്തു. നമുക്ക് ഇന്നുതന്നെ പോകണം"

അയാൾ വിശ്വാസം വരാത്തതുപോലെ അവളെ നോക്കി.

"അപ്പോൾ വന്ന കാര്യം....?"

അയാൾ ചോദിച്ചു.

"ഇനി ഇവിടെ നിന്നിട്ടെന്താകാര്യം."

തീർത്തും നിസ്സംഗതയോടെയായിരുന്നു അവളുടെ ഉത്തരം.

"അപ്പോൾ നമ്മൾ കണ്ടത് ഗൗതമനെത്തന്നെ ആയിരുന്നു ല്ലേ?"

ഇപ്പോഴെങ്കിലും അവളിൽ നിന്നും ഒരു ഉത്തരം അയാൾ പ്രതീക്ഷിച്ചു.

"അത് ഗൗതം തന്നെ ആയാലെന്ത്? അല്ലെങ്കിലെന്ത്?

അവൾ ഉത്തരം പറയാതെ വഴുതിമാറി.

"എന്റെ മനസ്സിലെ ചോദ്യങ്ങൾക്കെല്ലാം കൈലാസനാഥൻ ഉത്തരം തന്നിരിക്കുന്നു. സംശയങ്ങൾ ഒന്നും ഇനി ബാക്കിയില്ല; ശാന്തമായ മന സ്സോടെയാണ് ഈ മടക്കം."

അവളുടെ വാക്കുകളുടെ അർത്ഥം അയാൾക്കു മനസ്സിലായില്ല; അപരി ചിതമായ മറ്റേതോ ദേശത്ത് എത്തിപ്പെട്ടതുപോലെ....

പുറത്ത് നേരിയ മഞ്ഞുവീഴ്ച തുടങ്ങിയിരുന്നു. ശക്തമായ കാറ്റിനുള്ള ഒരുക്കത്തിലാണ് പ്രകൃതി എന്നയാൾക്ക് തോന്നി.

രാത്രി വണ്ടിയിലിരിക്കുമ്പോൾ അയാൾ കൈലാസത്തിലേയ്ക്ക് ഒരിയ്ക്ക ൽകൂടി തിരിഞ്ഞുനോക്കി. കനത്ത മൂടൽമഞ്ഞിൽ കാഴ്ചകളൊന്നും വ്യക്ത മല്ല. ജടയഴിച്ചാടുന്ന കൈലാസനാഥനെപ്പോലെ കൂറ്റൻ മരങ്ങൾ കാറ്റിൽ ഉലഞ്ഞുനിൽക്കുന്നു. വസന്തം വിരുന്നു വന്നതുപോലെ മരങ്ങളെല്ലാം പൂവണി ഞ്ഞുനിൽക്കുന്ന താഴ്വരയിലൂടെയായിരുന്നു കൈലാസത്തിലേയ്ക്കെത്തി യത്. മടക്കയാത്രയിൽ പൂവുകൾ കൊഴിഞ്ഞ മരങ്ങൾ മാത്രം. കുത്തിയൊ ഴുകുന്ന ജലധിയിൽ പൂക്കളുടെ ജഡശരീരങ്ങൾ. ഭൂർജ് മരങ്ങൾ കടപുഴകി വീഴുന്നു. സംഹാരതാണ്ഡവമാടുന്ന പ്രകൃതിയുടെ രൗദ്രഭാവം കണ്ട് വെളിച്ചം കെട്ട ദാബകളെയും മുക്രയിടുന്ന കുതിരകളെയും പേടിച്ചു നിലവിളിക്കുന്ന ആട്ടിൻപറ്റങ്ങളെയും പിന്നിലാക്കി വണ്ടി ചുരമിറങ്ങി.

ഒപ്പം, അയാളുടെ സംശയങ്ങളും

13

ഖനിജങ്ങൾ

ഹിമാലയത്തിൽ നിന്നും തിരിച്ചെത്തിയ ആ രാത്രിയെക്കുറിച്ചവ ളോർത്തു.

"യാത്രാക്ഷീണം കൊണ്ട് നേരത്തേ ഉറങ്ങിപ്പോയി. അർദ്ധരാത്രിയിൽ ആരോ കുലുക്കി വിളിക്കുന്നതുപോലെ തോന്നിയപ്പോഴാണ് കൺതുറന്നത്. കിടക്കയിൽ മലമ്പനി ബാധിച്ചതുപോലെ നീ വിറച്ചുതുള്ളുകയായിരുന്നു. മൂന്നാല് പുതപ്പുകൊണ്ട് പൊതിഞ്ഞുപിടിച്ചാണ് ഞാൻ നേരം വെളുപ്പിച്ചത്. ആശുപത്രിയിൽ പോകാൻ നീ സമ്മതിച്ചില്ല. രോഗത്തെക്കുറിച്ച് പറഞ്ഞിട്ടുണ്ടെങ്കിലും നിന്റെ ശരീരം ഇത്ര ദുർബലമാണെന്ന് ഞാൻ അറിഞ്ഞിരുന്നില്ല."

ആ അവസ്ഥയിൽ അയാളെ ഹിമാലയത്തിലേക്ക് യാത്ര ചെയ്യിച്ചതിൽ അവൾക്ക് കുറ്റബോധം തോന്നി.

"ഒരിയ്ക്കൽകൂടി ഹിമാലയത്തിലേയ്ക്ക് പോവുക എന്നുള്ളത് എന്റെ ഒരാഗ്രഹമായിരുന്നു. തനിച്ച് പോകാനായിരുന്നു പ്ലാൻ. തിരിച്ച് വന്നില്ലെങ്കിലും കുഴപ്പമില്ലല്ലോ? നീ വിളിച്ചപ്പോൾ പിന്നെ ഒന്നും ആലോചിച്ചില്ല."

"ഇത്രയും പ്രശ്നമുണ്ടെന്നറിഞ്ഞിരുന്നെങ്കിൽ"

അവൾ മുഴമിപ്പിച്ചില്ല.

"അതല്ലേ, പറയാതിരുന്നത്. നീ ഒരു പക്ഷേ, യാത്രതന്നെ ക്യാൻസൽ ചെയ്യുമായിരുന്നില്ലേ?"

"ജീവിതത്തിൽ നിന്നുംപലതും മായ്ച്ച് കളയാനുള്ള യാത്രയായിരുന്നു. അതിന് നീ കൂട്ടുണ്ടാവണം എന്നുതോന്നി. ഒരു ധൈര്യത്തിന്" അവളുടെ വിശദീകരണം അതായിരുന്നു.

"ഈ ജീവിതം തന്നെ മാഞ്ഞുപോവും എന്നാണ് ഞാൻ വിചാരിച്ചത്. പക്ഷേ, പലതും തെളിഞ്ഞു വരികയായിരുന്നു ആ രാത്രിയിൽ. ചിലതൊ

ക്കെ അവ്യക്തമായി ഇപ്പോഴും അവശേഷിക്കുന്നു."

അയാൾ തന്റെ ധർമ്മസങ്കടം പ്രകടിപ്പിച്ചു.

"മോളുടെ വിവാഹം അയാൾ നടത്തിത്തരുമോ അതോ മുടക്കാൻ ശ്രമിക്കുമോ എന്നായിരുന്നു ഭയം. അതുകൊണ്ട് തന്നെ അയാൾ വരുന്നു എന്ന് ഉറപ്പിക്കാനല്ല വരില്ലെന്നുറപ്പിക്കാനായിരുന്നു ആ യാത്ര."

അവളാദ്യമായി മനസ്സുതുറന്നു.

"പക്ഷേ, എല്ലാ ആശങ്കകളും അകറ്റിക്കൊണ്ട് കൈലാസനാഥൻ ഉത്തരം തന്നു. 'ഇനി ആരേയും കാത്തിരിക്കേണ്ടതില്ല' എന്ന്. അതുപോലെ തന്നെ സംഭവിച്ചു. പിന്നീടിതുവരെ ആ കർപ്പൂരഗന്ധം എന്നെ തേടിവന്നിട്ടില്ല. അത്താഴം വച്ച് കാത്തിരിക്കുന്ന പതിവ് ഞാനും അവസാനിപ്പിച്ചു."

അയാൾക്ക് അവളുടെ മനസ്സ് വായിച്ചെടുക്കാനായില്ല. ഗൗതമനേപ്പോലെ ലിപിയില്ലാത്ത ഏതോ ഭാഷയിലാണ് അവളുടെയും സംസാരം എന്ന് തോന്നി.

പ്രളയഭ്രമിയിൽ ഒറ്റപ്പെട്ടതുപോലെ പതറിനിൽക്കുകയായിരുന്നു അവളപ്പോൾ. മനസ്സിന്റെ രഹസ്യ അറകൾക്കുള്ളിൽ താഴിട്ടു പൂട്ടിയ രഹസ്യങ്ങൾ അയാൾ തുറന്നെടുത്താലോ എന്നവൾ ഭയന്നു. തുറന്ന യുദ്ധങ്ങളിൽപോലും ചില രഹസ്യങ്ങൾ ഒളിപ്പിച്ചുവച്ച ഒരു യോദ്ധാവുണ്ടാവും. ഒഴിഞ്ഞുമാറാനോ പിൻതിരിയാനോ അയാൾക്കു മാത്രം സാധ്യമല്ല. മുറിവേൽക്കാനോ മരിച്ചു വീഴാനോ മാത്രമാണ് അയാളുടെ വിധി.

"മാലൂ ഞാനറിയാത്ത എന്തൊക്കെയോ സംഘർഷങ്ങൾ നീ ഉള്ളിൽ സൂക്ഷിക്കുന്നുണ്ട്. മറ്റൊരാളുടെ സ്വകാര്യതയിലുള്ള ഇടപെടലാവുന്നെങ്കിൽ ക്ഷമിക്കുക. നമുക്കിടയിൽ അങ്ങനെയൊരു അകലം ഇല്ലെന്നുകരുതുന്നതു കൊണ്ടാണ്."

അയാൾക്ക് സംശയങ്ങൾ മറച്ചുപിടിക്കാനായില്ല.

"എന്റെ സ്വകാര്യതകളത്രയും ആർക്കെങ്കിലും മുന്നിൽ ഞാൻ തുറന്നിട്ടിട്ടുണ്ടെങ്കിൽ അതു നിന്റെ മുന്നിൽ മാത്രമാണ്; പക്ഷേ......."

അവൾ പറയാൻ വന്നത് മുഴുമിപ്പിച്ചില്ല.

"എന്താണ് നീ നിർത്തിക്കളഞ്ഞത്?"

അയാളുടെ ചോദ്യത്തിന് അവൾ മറുപടിയും പറഞ്ഞില്ല. പകരം അവനെ നോക്കി വിടർന്നു ചിരിച്ചു കൊണ്ടവൾ ചോദിച്ചു.

"നിനക്ക് ഉറക്കം വരുന്നില്ലെങ്കിൽ ഞാനൊരു കട്ടംകാപ്പിയിടാം. വൈൻ ബോട്ടിൽ നീ പൊട്ടിച്ചുകളഞ്ഞില്ലേ"

ഒരു ലഹരിക്കും പകരം വയ്ക്കാനാവാത്ത മൃത്യുവിന്റെ ഉന്മാദത്തിലാണ് ഞനെന്ന് അവൾക്കറിയില്ലല്ലോ? എന്നയാൾ മനസ്സിലോർത്തു.

"കള്ളുകുടി തുടങ്ങുംമുമ്പ് കട്ടൻകാപ്പിയായിരുന്നല്ലോ നിന്റെ ഇഷ്ടപാനീയം"

അവൾ ചിരിച്ചുകൊണ്ട് അടുക്കളയിലേക്ക് നടന്നു.

അയാൾ തനിച്ചായപ്പോൾ ഉള്ളിൽ വീണ്ടും സംശയങ്ങളുടെ ചുരമിടിഞ്ഞു.

ഹിമാലയത്തിൽ വച്ച് വീണ്ടും ഗൗതമനെ കണ്ടുമുട്ടിയ കാര്യം മാലിനിയോട് ഇതുവരെ പറഞ്ഞിട്ടില്ല. അവളറിയുമ്പോൾ അതെന്റെ സ്വാർത്ഥതയായി തോന്നാം. അവളെ കൈവിട്ട് പോകുമല്ലോ എന്ന ആശങ്ക കൊണ്ടാവണം ഞാൻ മൗനം പാലിച്ചതെന്നു കരുതാം"

പക്ഷേ, ഒരു നിമിഷമെങ്കിൽ ഒരു നിമിഷം ഭാര്യാഭർത്താക്കന്മാരായി ഒരുമിച്ച് കഴിഞ്ഞിട്ട് അവൾ എന്തുകൊണ്ട് ഗൗതമനെ തിരിച്ചറിഞ്ഞില്ല?

അതോ തിരിച്ചറിഞ്ഞിട്ടും ഗൗതമനോട് കരുണ കാട്ടിയതോ?

ഗൗതമനോട് ഇപ്പോഴും ഒരു സോഫ്റ്റ് കോർണർ അവൾ ഉള്ളിൽ സൂക്ഷിക്കുന്നതായി അയാൾക്ക് തോന്നിയിട്ടുണ്ട്. അങ്ങനെയെങ്കിൽ അതിനുള്ള കാരണം എന്തായിരിക്കണം! ഗൗതമന്റെ സംസാരത്തിലും ഒരു കുറ്റബോധമായിരുന്നില്ല മറ്റുള്ളവരെ കുറ്റവാളികളാക്കാനുള്ള ഒരു ശ്രമം ഒളിഞ്ഞിരിക്കുന്നതായ് തോന്നിയിരുന്നു.

അപ്പോൾ ശരിക്കും ആരുടെ തെറ്റാണ്?

ഗൗതമന്റെയോ......?

മാലിനിയുടെയോ.....?

അതുമല്ലെങ്കിൽ..........?

ചോദ്യങ്ങൾ ഒരു ബൂമറാങ് പോലെ തന്നിലേയ്ക്ക് തന്നെ തിരിച്ചെത്തിയപ്പോൾ അയാൾ ഒന്നു നടുങ്ങി.....

അപ്പോഴേക്കും മാലിനി അടുക്കളയിൽ നിന്നും കടുംകാപ്പിയുമായി വന്നു.

ചൂടുള്ള കാപ്പി മെല്ലെ കുടിച്ചിറക്കിക്കൊണ്ട് അയാൾ പറഞ്ഞു:

"മാലൂ...., എനിക്ക് നിന്നോട് ചിലത് തുറന്ന് പറയാനും ചോദിക്കാനുമുണ്ട്."

അയാളുടെ സ്വരം പതിവിലും കനത്തതായിരുന്നു.

"എന്തായാലും ഇന്നിനിവേണ്ട, അതും കൂടി താങ്ങാനുള്ള കരുത്ത് എനിയ്ക്കില്ല."

അവളത് തമാശയായിട്ടെടുത്തു.

" ഇന്നു പറഞ്ഞില്ലെങ്കിൽ പിന്നീടൊരിയ്ക്കലും കഴിഞ്ഞു എന്ന് വരില്ല.....!"

എന്തോ നിശ്ചയിച്ചുറപ്പിച്ചതുപോലെയായിരുന്നു അയാളുടെ സംസാരം.

"അതെന്താ ഈ രാത്രി നീ മരിച്ചുപോകുമോ? അതോ, എന്നെ നീ കൊന്നുകളയുമോ?"

അവൾക്കു ചിരിവന്നു.

"ചെറുപ്പം മുതൽ ഒന്നിനേയും കൊന്നു ശീലമില്ലല്ലോ എനിക്ക്. അതുകൊണ്ട് ഞാനേ ഇല്ലാതാകൂ....."

അയാൾ ഉറപ്പിച്ചു പറഞ്ഞു.

"ഓ-ഞാൻ സഹിച്ചു. അടുത്ത ജന്മത്തിൽ കണ്ടുമുട്ടുമ്പോൾ പറയാൻ എന്തെങ്കിലും വേണ്ടേ?"

അവൾ വിഷയം മാറ്റാൻ ശ്രമിച്ചു.

"അടുത്ത ജന്മം! അങ്ങനെയൊന്നില്ല മാല്യൂ.... ഒരു ജന്മം, ഒരേ ഒരു ജീവിതം അതിനപ്പുറം ശൂന്യം."

അയാൾ മന്ത്രിച്ചു.

"ഈ അന്ധവിശ്വാസം നീ ഇപ്പോഴും കൈവിട്ടിട്ടില്ലല്ലേ?"

അവളുടെ വാക്കുകളിൽ ചെറിയ പരിഹാസമുണ്ടായിരുന്നു.

"യഥാർഥത്തിൽ വിശ്വാസം നഷ്ടപ്പെടുമ്പോഴാണ് നമ്മൾ അന്ധവിശ്വാസികളാകുന്നത്. മനുഷ്യരിലുള്ള വിശ്വാസം നഷ്ടപ്പെടുമ്പോൾ നമ്മൾ ഈശ്വരവിശ്വാസികളാകും. ഈശ്വരനിലുള്ള വിശ്വാസം നഷ്ടപ്പെടുമ്പോൾ നമ്മൾ ആൾദൈവങ്ങളിൽ വിശ്വസിക്കും."

അയാൾ തന്റെ കാഴ്ചപ്പാടിൽ വെള്ളം ചേർത്തില്ല.

"അതു ശരിയാ, മനുഷ്യരിലുള്ള വിശ്വാസം നഷ്ടപ്പെട്ടതുകൊണ്ടല്ലേ ഞാൻ നേരത്തെ ദൈവവിശ്വാസിയായത് "

അവൾ നിർത്താതെ ചിരിച്ചു കൊണ്ടങ്ങുതന്നെ ചോദിച്ചു..

"ഈ മണ്ടൻ ഫിലോസഫി പറയാനാണോ ഇത്ര തിരക്കിട്ട് നീ ഓടി വന്നത്? കല്യാണം കഴിഞ്ഞ പിറ്റേന്ന് ഉടൻ വരാമെന്ന് പറഞ്ഞ് പോയ ആളാ....ഇപ്പം മാസം എത്ര ആയീന്നാ.....?"

അയാൾ മറുപടി ഒന്നും പറഞ്ഞില്ല

"ഉമ പിറ്റേന്ന് തന്നെ അഖിലിന്റെ ജോലി സ്ഥലത്തേയ്ക്ക് പോയി. ഞാനിവിടെ വീണ്ടും ഒറ്റയ്ക്കായി..."

അവൾ അവനോടുള്ള പരിഭവം പുറത്തെടുത്തു.

"യാത്ര കഴിഞ്ഞുവരുമ്പോൾത്തന്നെ ഞാൻ ക്ഷീണിതനായിരുന്നു മാല്യൂ..."

അയാൾ നിസ്സഹായത പ്രകടിപ്പിച്ചു.

"ഒരു ഹോസ്പിറ്റലിൽ പോകാമെന്ന് ഞാനെത്ര നിർബന്ധിച്ചതാ. പക്ഷേ നീ കേൾക്കണ്ടേ, അനുസരണ; അതു പണ്ടേ നിനക്കില്ലല്ലോ? "

അവൾ കുറ്റപ്പെടുത്തി.

"അപ്പോഴത്തെ എന്റെ പ്രശ്നം ശാരീരികം എന്നതിനേക്കാൾ മാനസികമായിരുന്നു. ഉമയുടെ അച്ഛന്റെ സ്ഥാനത്ത് നിന്ന് കൈപിടിച്ചു കൊടുക്കുമ്പോൾ ഞാൻ പതറിപ്പോയിരുന്നു."

അയാൾ ഖേദപൂർവ്വം അവളെ നോക്കി.

"എന്തിന്? അച്ഛന്റെ സ്ഥാനത്ത് നിൽക്കാനല്ല; അച്ഛനായ്ത്തന്നെ നിൽക്കാനാണ് ഞാൻ നിന്നോടാവശ്യപ്പെട്ടത്. ഈ ഭൂമിയിൽ നിനക്കല്ലാതെ മറ്റാർക്കാണ് അതിനർഹത?"

അവളുടെ ശബ്ദം ഉറച്ചതായിരുന്നു.

"അവിടെയും നീ എന്നെ തോൽപിച്ചു കളഞ്ഞു മാല്യൂ..

നീയെന്നല്ല എല്ലാവരും..... എന്നെ തോൽപ്പിക്കുകയാണ്.

പക്ഷേ, ഞാനാരെയും തോൽപിച്ചിട്ടില്ല.

ആരുടെയും കയ്യിൽ നിന്നും ഒന്നും തട്ടിപ്പറിച്ചെടുത്തിട്ടില്ല.

ആരുടെയും ഇടത്തിലേയ്ക്ക് ഞാൻ കയറി നിന്നിട്ടില്ല.

എന്നിട്ടും എന്റെ തോൽവികളിൽ ആഹ്ളാദിക്കുന്നവരായിരുന്നു അധികവും. രോഗത്തിന്റെ മുൾമെത്തയിൽ വീണു പോയപ്പോഴാണ് ഞാനതിന്റെ ആഴവും പരപ്പും തിരിച്ചറിഞ്ഞത്."

അവന്റെ സ്വരമിടറി.

"എന്നെയും നീ ആ കൂട്ടത്തിലാണ് കൂട്ടിയിട്ടുള്ളതെങ്കിൽ നിനക്ക് തെറ്റി. നീ വിജയിക്കുന്നത് കാണാനാണ് ഞാൻ എന്നും ആഗ്രഹിച്ചത്. അത് ഞാൻ നിനക്ക് തന്ന ഔദാര്യമായിരുന്നില്ല. നീ ആ വിജയം അർഹിക്കുന്നതായിരുന്നു."

മാലിനി അയാളെ ധൈര്യപ്പെടുത്തി.

"എല്ലാവരേയും മനസ്സിലാക്കി എന്നായിരുന്നു എന്റെ വിചാരം. പക്ഷേ, വീണുപോയപ്പോഴാണ് ഇനിയും പലതും പലരിൽ നിന്നും പഠിക്കാനുണ്ടെന്ന് തിരിച്ചറിഞ്ഞത്. ഇപ്പോൾ എനിക്ക് നിന്നെപ്പോലും പിടികിട്ടുന്നില്ല മാലൂ....!"

അയാൾ തന്റെ സങ്കടം വെളിപ്പെടുത്തി.

"എല്ലാം എല്ലാവർക്കും പിടികിട്ടണമെന്നില്ല. അതാണല്ലോ ജീവിതം. നീ പറഞ്ഞതാണു ശരി, എനിയ്ക്കെന്നെത്തന്നെ ചിലപ്പോൾ മനസ്സിലാവാതെ വരും"

അവളുടെ വാക്കുകളിൽ എന്തോ വലിയ നിരാശ പ്രകടമായിരുന്നു.

"മാലൂ ഞാൻ നിന്നെ സങ്കടപ്പെടുത്താൻ പറഞ്ഞതല്ല. എന്റെ സങ്കടങ്ങൾ നിന്നോടല്ലേ പറയാനുള്ളൂ....... അതുകൊണ്ടാണ്. ഡോക്ടർമാരും എഴുതിത്തള്ളിയ ഈ പ്രാണനുമായി ഇങ്ങോട്ടു പോന്നത്. ഇരുട്ടിവെളുക്കുന്ന ഓരോ ദിവസവും ഒരു ബോണസുപോലെയാണിപ്പോൾ."

അവൾ അനുകമ്പയോടെ അവനെ നോക്കി.

"എന്തേ ഇപ്പോൾ പ്രത്യേകിച്ചിങ്ങനെ....?"

"പതിവുചെക്കപ്പിന് അഡ്മിറ്റാവാൻ ഡോക്ടർമാർ നിർബന്ധിച്ചപ്പോഴാണ് നൂർജഹാൻ വിളിക്കുന്നത്."

"എന്നിട്ട് നീ എന്തേ എന്നോടു പറഞ്ഞില്ല."

അവൾ ദേഷ്യപ്പെട്ടു

"ഞാനായിട്ട് നിനക്ക് സങ്കടങ്ങളേ തന്നിട്ടുള്ളൂ. ഉമയുടെ വിവാഹത്തിന്റെ ആഹ്ളാദത്തിലായിരുന്ന നിന്നെ വെറുതെ വിഷമിപ്പിക്കേണ്ടതില്ലെന്ന് കരുതി."

"ഞാൻ നിനക്ക് അത്രയ്ക്ക് അന്യയായിരുന്നോ"

അവൾ സങ്കടപ്പെട്ടു.

"അതുകൊണ്ടല്ല മാലൂ. ഡോക്ടർമാർ വിളിപ്പിച്ചത് അപകടകരമായ ചില കാര്യങ്ങൾ സൂചിപ്പിക്കാനായിരുന്നു.അതറിഞ്ഞപ്പോൾ മുതൽ ഹൃദയത്തിൽ വേരോട്ടമുള്ള എല്ലാ ബന്ധങ്ങളും മുറിച്ച് മാറ്റാനുള്ള ശ്രമത്തിലായിരുന്നു ഞാൻ."

അവൾക്കതു തൃപ്തിയായില്ല.

"നീ കാര്യംപറ"

"ശരീരം ഏറ്റുവാങ്ങാൻ പോകുന്ന പീഡനങ്ങളെയും വേദനകളെയും കുറിച്ചോർത്തപ്പോൾ അതുവരെയുണ്ടായിരുന്ന ധൈര്യം ചോർന്നുപോയി."

അയാളുടെ വാക്കുകളിലെ തീവ്രവേദന അവൾ തിരിച്ചറിഞ്ഞു.

"വിശ്രമമില്ലാത്ത നിന്റെ ഈ ജീവിതമാണ് നിനക്കീ രോഗങ്ങൾ

സമ്മാനിച്ചത്. ഒന്നും നിനക്കുവേണ്ടിയായിരുന്നില്ലല്ലോ! എന്നിട്ടും വീണു പോയപ്പോൾ എല്ലാവരും ഉപേക്ഷിച്ചു പോയില്ലേ....?"

അവളുടെ സങ്കടം കുറ്റപ്പെടുത്തലായി.

"കരൾ മാറ്റിവയ്ക്കൽ മാത്രമാണ് ഇനിയുള്ള ഏകപോംവഴി എന്ന് ഒരു വർഷം മുമ്പ് ഡോക്ടർമാർ പറഞ്ഞപ്പോഴേ ഞാൻ എന്റെ ജീവിതത്തിന് ചുവന്ന മഷി കൊണ്ട് ഒരടിവര ഇട്ടതാണ്. ഇപ്പോഴത്തെ പരിശോധനകളിൽ രക്തത്തിൽ ക്രിയാറ്റിന്റെ അളവ് കൂടിവരുന്നുണ്ട്. അത് കിഡ്നിയെ ബാധിച്ച് തുടങ്ങിയിരിക്കുന്നു. അങ്ങനെ ഡോക്ടർമാർ നിർബന്ധിച്ച് അഡ്മിറ്റാക്കുകയായിരുന്നു."

"എന്നിട്ടും അരുന്ധതി വന്നില്ലേ?"

അവൾ ആശങ്കപ്പെട്ടു.

"അറിയിച്ചില്ല. ആരേയും കാണുവാനുള്ള താൽപര്യം ഇല്ലായിരുന്നു. പ്രത്യേകിച്ച് അവളെ. എന്നെ മറക്കാനും വെറുക്കാനും അവൾക്കു കഴിയുന്നുവെങ്കിൽ നന്നെന്നുതോന്നി. കടമകളൊന്നും നിറവേറ്റാൻ എനിക്കു കഴിഞ്ഞിരുന്നില്ല. ഇനി കഴിയുത്തുമില്ല. ഇപ്പോഴവൾ സ്വന്തം കാലിൽ നിൽക്കാൻ പഠിച്ചിരിക്കുന്നു. അതുമതി. ശിഖരങ്ങളിൽ തീ പിടിച്ച ഈ ഒറ്റമരം ഇനി അവൾക്കഭയവും തണലുമാകില്ല."

അല്പനേരത്തേക്ക് അവർ നിശ്ശബ്ദരായി. പിന്നെ അയാൾ തന്നെ തുടങ്ങി.

"അരുന്ധതി എന്നെ ഉപേക്ഷിച്ചു പോകുകയായിരുന്നില്ല മാലൂ....ഉപേക്ഷിച്ചുപോകാൻ ഞാനവളെ നിർബന്ധിക്കുകയായിരുന്നു."

"എന്തിനാണ് നീയിങ്ങനെ സ്വയം ശിക്ഷിക്കുന്നത്?"

അവൾക്ക് കരച്ചിൽ വന്നു.

"നഷ്ടപ്പെട്ട നാളുകളെ ഓർത്തുള്ള കുറ്റബോധമല്ല, തൊട്ടടുത്തുണ്ടായിട്ടും എന്റെ വിളി കേൾക്കാതെ പോയവർ എന്റെ വിശ്വാസങ്ങളെയെല്ലാം കെടുത്തിക്കളഞ്ഞു. ഇതിനുവേണ്ടിയായിരുന്നോ ഞാനെന്റെ ജന്മം പാഴാക്കിയതെന്നോർത്തപ്പോൾ ഭേദം മരണമാണെന്ന് തോന്നി. മരണത്തെയല്ല, മാലൂ ഈ ജീവിതത്തെയാണ് ഞാനിപ്പോൾ ഭയപ്പെടുന്നത്..."

അയാളുടെ നെഞ്ചിൽ പറയാൻ വന്നത് വീർപ്പുമുട്ടി നിന്നു.

"അപ്പോൾ ആശുപത്രിയിൽ നീ ഒറ്റയ്ക്കായിരുന്നില്ലേ?"

"അല്ല; നൂർജഹാൻ എന്ന പെൺകുട്ടി ഒപ്പമുണ്ടായിരുന്നു.

രാത്രിയും പകലും അവളെനിക്കു കാവലിരുന്നു"

"അവളുടെ മരണവുമായി ബന്ധപ്പെട്ട് പത്രത്തിൽ വന്ന വാർത്തകളിൽ നിന്റെ പേരുമുണ്ടായിരുന്നു. അന്നൊക്കെ നിന്നെ ബന്ധപ്പെടാൻ ഞാൻ നിരന്തരം ശ്രമിച്ചിരുന്നു. എന്തായിരുന്നു അതിന്റെ പിന്നിലെ സത്യം."

മറുപടിക്കായി അവൾ ആകാംഷയോടിരുന്നു.

"സത്യം! അങ്ങനെ ഒന്നില്ലല്ലോ മാലൂ.... ഈ നിമിഷം ഞാനില്ലാതായാൽ ഞാനും നീയും എന്ന സത്യം അവിടെ അവസാനിക്കും. പിന്നെ അവശേഷിക്കുന്നത് കുറേ കെട്ടുകഥകളായിരിക്കും. തെളിവുകളോ അടയാളങ്ങളോ

അവശേഷിക്കാത്ത വെറും കെട്ടുകഥ."

മാലിനിക്ക് അയാൾ പറഞ്ഞത് മനസ്സിലായില്ല.

"അവളെ മനസ്സിലാക്കാൻ ആർക്കും കഴിഞ്ഞില്ല മാലൂ, എനിക്ക് പോലും. ഡോക്ടർമാർ കൈവിടും വരെ എന്നോടൊപ്പമുണ്ടായിരുന്നു. എല്ലാ ദിവസവും ഡയാലിസിസ്, കിടക്കയിൽ നിന്നെഴുന്നേൽക്കാൻ വയ്യ. ശരീരം മുഴുവൻ നീരുവന്നു വീർത്തു. മരണം തൊട്ടടുത്ത് നിന്ന് ചിരിച്ചു."

ഡോക്ടർമാർ അവളെ അടുത്ത് വിളിച്ചു പറഞ്ഞു

"ഇനി ഒന്നും ചെയ്യാനില്ല, പതിയെ ഓർമ്മകൾ മാഞ്ഞുപോകും. കോമാസ്റ്റേജിലേയ്ക്കാകും. അങ്ങനെ ഏറിയാൽ ഒരാഴ്ച. വീട്ടിലേയ്ക്കോ പാലിയെറ്റീവ്കെയറിലേയ്ക്കോ മാറ്റാം. ബോധം മറയുംമുമ്പ് കാണാൻ ആഗ്രഹമുള്ളവരെ വിവരമറിയിക്കുക."

"അർധമയക്കത്തിലും ഞാനതു കേട്ടു. കുറേനേരത്തേക്ക് അവളെ കണ്ടതേയില്ല. വാഷ്ബേസിനിൽ മുഖം കഴുകിവന്ന അവളെ കണ്ടപ്പോൾ കണ്ണുകൾ കരഞ്ഞു കലങ്ങിയിരുന്നു.

എന്റെ കണ്ണുകളും അറിയാതെ നിറഞ്ഞുപോയി.

അവളെന്റെ കൈകളിൽ അമർത്തിപ്പിടിച്ച് ഒരു തളർന്ന ചിരി സമ്മാനിച്ചു.

ഞാൻ പിന്നെയും അബോധത്തിലേക്ക് സഞ്ചരിച്ചു.

അവളറിയിച്ചതിൻ പ്രകാരം ആരൊക്കെയോ വന്നു പോയി. നിൽക്കാൻ ആർക്കും സമയമുണ്ടായിരുന്നില്ല. അന്നു രാത്രി മുഴുവൻ ഇമചിമ്മാതെ അവളെനിക്ക് കാവലിരുന്നതായ് അടുത്ത ബഡ്ഡിലെ കൂട്ടിരുപ്പുകാർ പറഞ്ഞു."

"പിന്നെ അവളെവിടെപ്പോയി? എന്താണവൾക്ക് സംഭവിച്ചത്?"

മാലിനിയുടെ ചോദ്യങ്ങളൊന്നും അയാൾ കേട്ടതേയില്ല.

'ആപ് കെ ഹം ബിച്ഡേ

തൊഷായത്......

കഭിഖാബോം..... മേ-മിലേ.........'

ഇരുളിന്റെ അഗാധത്തിലെവിടെയോ നിന്ന് നൂർജഹാന്റെ ശബ്ദം മുഴങ്ങുന്നുണ്ട്.

അയാൾ ചെവി വട്ടം പിടിച്ചു.

14

ഷഡ്പദങ്ങൾ

'അബ് കെ ഹം ബിഛഢ്ഡേ
തൊഷായദ്, കഭിഖാബോം
മെ മിലേ.......'

ഇലകളിൽ നിന്നും മഞ്ഞുപൊഴിയുംപോലെ ഒരു നേർത്തസ്വരം ഇരുളിലെവിടെയോ നിന്ന് അയാളുടെ ഹൃദയത്തിലേയ്ക്കിറ്റുവീണു.

" Now that we have parted
may be....
We would meet in the dreams
found in the book...."

അഹമ്മദ് ഫരാസിന്റെ ത്തൂലികയിലെ പ്രണയം. മെഹ്ദിഹസന്റെ ആലാപനത്തിലെ വിരഹം. ഹൃദയത്തിൽ ഗസലിന്റെ മാന്ത്രിക സ്പർശം.

'ഇപ്പോൾ നാം പിരിഞ്ഞുപോയാലും
സ്വപ്നത്തിൽ വീണ്ടും കണ്ടുമുട്ടിയേക്കാം
പുസ്തകത്താളുകൾക്കുള്ളിലെ
ഉണങ്ങിയ പൂവിതളുകൾ പോലെ.......'

ആകാശവിതാനങ്ങളിലെവിടെയോ ഇരുന്ന് നൂർജഹാൻ പാടുകയാണ്. അയാൾ നൂർജഹാനെക്കുറിച്ചുള്ള ഓർമ്മകളാൽ പൊള്ളി.

"മാലൂ......, മരണാനന്തരം ഒന്നും അവശേഷിക്കില്ല എന്നു തന്നെയായിരുന്നു എന്റെ വിചാരങ്ങൾ. ഏറ്റവും പ്രിയപ്പെട്ടവർക്കുപോലും നമ്മുടെ ഓർമ്മ പിന്നെയൊരു ബാധ്യതയാകും. നല്ലതുപറഞ്ഞ നാവുകളൊക്കെ നിശ്ശബ്ദമാവും. വീണ്ടും ഒരു കണ്ടുമുട്ടലിന് ആരും ആഗ്രഹിക്കുകയില്ല.

പക്ഷേ, നൂർജഹാന്റെ കാര്യത്തിൽ എനിയ്ക്കങ്ങനെയല്ല. മരണാനന്തരം ഒരു ലോകമുണ്ടാവണമെന്നും, അവിടെ വച്ച് ഒരിയ്ക്കൽ കൂടിയെങ്കിലും

അവളെ കണ്ടുമുട്ടണമെന്നും ഒരാഗ്രഹം."

അനിഷ്ടമായതെന്തോ കേൾക്കുന്നതുപോലെയായിരുന്നു മാലിനിയുടെ മുഖത്തെ ഭാവമാറ്റങ്ങൾ.....അതു ശ്രദ്ധിക്കാതെ അയാൾ തുടർന്നു.

"എന്തായിരുന്നു ഞങ്ങൾ തമ്മിലുള്ള ബന്ധം എന്നു നീ ചോദിച്ചില്ലേ? എനിക്കും അതറിയില്ല മാലൂ...... എല്ലാ നിർവചനങ്ങൾക്കുമപ്പുറം മഞ്ഞുമൂടിക്കിടന്ന ഒരു നിധിയായിരുന്നു എനിക്ക് നൂർജഹാൻ. അത്തറിന്റെ മണമുള്ള കാറ്റുപോലെയാണവൾ എന്നിലേയ്ക്ക് വന്നത്. ആദ്യമൊക്കെ എങ്ങും പിടി തരാത്ത ഒരു വഴുക്കലായിരുന്നു. പിന്നെപ്പിന്നെ മനസ്സിന്റെ ആഴങ്ങളിൽ നിന്നുതിരുന്ന ഒരീണംപോലെ അവളെന്നെ കീഴടക്കി......

ഇന്നിപ്പോൾ ഒരിയ്ക്കലും മായാത്ത ഒരു മുറിപ്പാടുപോലെ അവൾ മനസ്സിൽ കല്ലിച്ചുകിടക്കുന്നു."

അയാൾ ഒരു സ്വപ്നത്തിലെന്നപോലെ നൂർജഹാനെക്കുറിച്ച് പറഞ്ഞുകൊണ്ടേയിരുന്നു. തബലയിൽ അല്ലാരാഖായുടെ വിരലുകൾ ചിറകടിക്കുംപോലെ അയാളുടെ ഹൃദയമിടിപ്പിന്റെ താളം കൂടിക്കൂടിവന്നു.

"നിനക്കെങ്ങനെയാണ് ആ കുട്ടിയെ പരിചയം?"

നൂർജഹാനെക്കുറിച്ചുള്ള അയാളുടെ പ്രശംസ കേട്ടിരിക്കാൻ മാലിനിയ്ക്ക് താൽപര്യം തോന്നിയില്ല.

"നഗരത്തിൽ ഒരു പത്രസ്ഥാപനത്തിൽ ജോലി നോക്കുന്ന ഒരു കോഴിക്കോട്ടുകാരി എന്ന നിലയ്ക്കാണ് അവൾ എന്നെ ആദ്യം പരിചയപ്പെടുന്നത്. 'ചില്ലക്ഷരങ്ങൾ' വായിച്ചുള്ള ആരാധനയായിരുന്നു. ചെറിപ്പഴം പോലെ തുടുത്ത അധരങ്ങളും മുറിവേറ്റപക്ഷിയുടെ ചിറകടിപോലെ പിടയ്ക്കുന്ന മിഴികളുമുള്ള അവളുടെ മുഖത്തെ വിഷാദം ഞാനന്നേ ശ്രദ്ധിച്ചിരുന്നു."

"നിനക്കെത്രയോ പെൺസൗഹൃദങ്ങളുണ്ട്. അവരോടൊന്നും തോന്നാത്ത ഒരനിഷ്ടം നൂർജഹാനോടുണ്ടാവാൻ അരുന്ധതിയ്ക്കെന്തെങ്കിലും കാരണമുണ്ടാവുമല്ലോ?"

മാലിനി അരുന്ധതിയുടെ പക്ഷം ചേർന്നു.

"ഞാൻ മെഡിക്കൽകോളേജിൽ അഡ്മിറ്റായതറിഞ്ഞ് അവൾ വീണ്ടും വന്നു. പിന്നെ, ആശുപത്രിയിലും വീട്ടിലും നിത്യസന്ദർശകയായി. പക്ഷേ, മറ്റാരോടും അവൾ അടുത്തില്ല. അരുന്ധതിയോടുപോലും. അതായിരിക്കണം അരുന്ധതിയെ പ്രകോപിപ്പിച്ചത്."

"നിന്റെ അടുത്ത്, മറ്റൊരു പെൺകുട്ടി സ്വാതന്ത്ര്യമെടുക്കുന്നത് ഒരു പക്ഷേ, എനിയ്ക്കുപോലും ഇഷ്ടമായെന്ന് വരില്ല. അപ്പോൾ പിന്നെ അരുന്ധതിയുടെ കാര്യം പറയേണ്ടതുണ്ടോ?"

മാലിനിയുടെ ഓരോ വാക്കുകളിലും സംശയത്തിന്റെ മുള്ളുകൾ നിറഞ്ഞിട്ടുണ്ടെന്ന് അയാൾ തിരിച്ചറിഞ്ഞു.

കിടക്കയിൽ എഴുന്നേറ്റിരിയ്ക്കാൻ പോലും ആവാത്തവണ്ണം ഞാൻ രോഗാവസ്ഥയിലായപ്പോൾ അവളുടെ സാമീപ്യവും അവൾ കേൾപ്പിച്ചു തന്ന ഗസലുകളുടെ സാന്ത്വനവുമാണ് എനിക്കു തുണയായത്. അതുപറഞ്ഞാൽ നിനക്ക് മനസ്സിലാവില്ല. അരുന്ധതിക്കുപോലും അതിനു കഴിഞ്ഞില്ലല്ലോ?"

ഉള്ളിലെ നിരാശ മുഴുവനും അയാൾ പുറത്ത് കാണിച്ചില്ല; കുറ്റപ്പെടുത്താനും ഒറ്റപ്പെടുത്താനും കാത്തിരിക്കുന്നവർക്ക് ഇത്രയൊക്കെത്തന്നെ ധാരാളം. പക്ഷേ, എനിക്കവളെ മറക്കാനാവില്ല. ഒറ്റമരം പൂക്കുന്ന കാടാണ് ജീവിതമെങ്കിൽ അതിന്റെ ശിഖരങ്ങളിലെവിടെയോ സുഗന്ധം പരത്തുന്ന ഒരു പൂവായ് അവളുമുണ്ടാവും.

ഗസലുകളുടെ സ്നിഗ്ധമന്ത്രണങ്ങളും ഖരാരവങ്ങളും എന്നിൽ നട്ടുപിടിപ്പിച്ചത് നൂർജഹാനാണ്. മെഹ്ദിഹസൻ, ജഗജിത് സിംഗ്, പങ്കജ് ഉദാസ്,ഗുലാം അലി അങ്ങനെ ഗസലിന്റെ അപൂർവ്വനക്ഷത്രങ്ങളെ കൈവെള്ളയിൽ കോരിയെടുത്ത് അവൾ എനിക്ക് സമ്മാനിച്ചു.

"മാലൂ....., ഒരിക്കൽ, അവളെന്നെ കാണാൻ വന്നത് മെഹ്ദിസാഹിബിന്റെ ജീവചരിത്രവുമായിട്ടായിരുന്നു."

തീരെ താൽപര്യമില്ലാതിരുന്നിട്ടും മാലിനി അയാളെ കേട്ടിരുന്നു.

"സംഗീതത്തിന്റെ മാസ്മരിക സൗന്ദര്യം കൊണ്ട് ലോകം കീഴടക്കിയ ഗസൽ ചക്രവർത്തിയായിരുന്നു മെഹ്ദിഹസൻ. പ്രണയത്തിന്റെ നിലാവുപെയ്യുന്ന ആ ആലാപനം അനുഭവിക്കാൻ സമ്പത്തുമായ് കാത്തുനിന്നു ലോകത്തെ പല ഭരണാധികാരികളും. പക്ഷേ അതിരുകളില്ലാത്ത സംഗീതസാമ്രാജ്യത്തിലെ ചക്രവർത്തിയായ മെഹ്ദിസാഹിബിനെ പ്രലോഭനങ്ങൾ വീഴ്ത്തിയില്ല. തന്റെ മടിശ്ശീലയിലെ ഗസലുകൾ വാരി വിതറി അദ്ദേഹം ലോകമെമ്പാടും അലഞ്ഞു.

പക്ഷേ, ദുരന്തങ്ങൾ എപ്പോഴും കെണിവച്ചു പിടിക്കുന്നത് ദുരയില്ലാത്ത മനസ്സുകളെ ആയിരിക്കുമല്ലോ? പക്ഷാഘാതം, പാർക്കിൻസൺ, സ്മൃതിനാശം എന്നിങ്ങനെ രോഗങ്ങൾ ഒന്നൊന്നായ് അദ്ദേഹത്തെ വേട്ടയാടി. ആകെയുള്ള സമ്പാദ്യങ്ങളും സംഗീതവും മരുന്നുകൾ കവർന്നെടുത്തു.

രോഗവും ദാരിദ്ര്യവും ചവിട്ടിമെതിച്ച ആ നാദ വിസ്മയത്തിന് തിരശ്ശീല വീഴുമ്പോൾ അദ്ദേഹത്തിന്റെ ശിഷ്യൻമാർ ലോകമെമ്പാടുമുള്ള ഗാനശാലകളിൽ ഗസൽമഴ പെയ്യിക്കുകയായിരുന്നു. അദ്ദേഹത്തിന്റെ ചികിത്സയ്ക്കുള്ള പണം കണ്ടെത്താൻ."

അയാളുടെ കൺകോണുകളിൽ നനവു പടർന്നു മാലിനി നിശ്ശബ്ദയായി കേട്ടിരുന്നതേയുള്ളൂ.

"മാലൂ, കണ്ണീരിൽ നനഞ്ഞാണ് ഞാനാ ജീവിതം വായിച്ചുതീർത്തത്. ജീവിതം ധൂർത്തടിച്ചുതീർത്തൊരാൾ എന്ന് ലോകം മെഹ്ദിസാഹിബിനെ കുറ്റപ്പെടുത്തിയേക്കാം. പക്ഷേ, എല്ലാം വെട്ടിപ്പിടിച്ചു എന്നഹങ്കരിക്കുന്നവർ നാളെ വിസ്മരിക്കപ്പെടും. അപ്പോഴും കാലം കരുതലോടെ ഹൃദയത്തിൽ സൂക്ഷിക്കും മെഹ്ദിഹസ്സനെ"

സ്വന്തം ജീവിതത്തെത്തന്നെയാണ് അയാൾ നിർവ്വചിക്കുന്നതെന്ന് മാലിനിക്കു തോന്നി.

"തോറ്റുപോകുന്ന ഓരോ ജീവിതങ്ങളും ലോകത്തിന്റെ പ്രകാശങ്ങളാണെന്നാണ് നൂർജഹാൻ മെഹ്ദിസാഹിബിന്റെ ജീവിതത്തിലൂടെ എന്നോട് പറഞ്ഞത്. അതെനിക്കുതന്ന ഊർജ്ജം ചെറുതല്ലായിരുന്നു. തോ

റ്റുപോയെങ്കിലും അവളുടെ ജീവിതവും അങ്ങനെ തന്നെയായിരുന്നു. നൂർജഹാൻ എന്ന അറബിവാക്കിന്റെ അർത്ഥം തന്നെ ലോകത്തിന്റെ പ്രകാശം എന്നായിരുന്നല്ലോ?"

അയാൾ ഒരു നിമിഷം കണ്ണടച്ചിരുന്നു. പിന്നെ തുടർന്നു:

"ഇവിടെ എല്ലാം അവസാനിച്ചു എന്ന് കരുതിയ എന്നെ ചെറിയകാലത്തിലേയ്ക്കാണെങ്കിലും ജീവിതത്തിലേയ്ക്ക് തിരിച്ചു കൊണ്ടുവന്നത് ആ പെൺകുട്ടിയാണ്. കടൽക്കരയിലും പാർക്കിലും നിത്യവും അവളെന്നെ നടക്കാൻ കൊണ്ടുപോയി. ഞാൻ പറയുന്നത് കേട്ടെഴുതി എന്നെ എഴുത്തിലേക്ക്

കൊണ്ടുവരുവാൻ തീവ്രമായി ശ്രമിച്ചു."

"ഇത്രയൊക്കെ പോരേ അരുന്ധതിയ്ക്ക് നിന്നെ സംശയിക്കാൻ....."

മാലിനി അപ്പോഴും അരുന്ധതിയുടെ പക്ഷത്തായിരുന്നു.

"മാലൂ....., എന്നെക്കാൾ എത്രയോ പ്രായം കുറഞ്ഞ കുട്ടിയാണവൾ, നമ്മുടെ ഉമയെപ്പോലെ. എന്നിട്ടും അരുന്ധതിക്കെങ്ങനെ എന്നെ അവിശ്വസിക്കാൻപറ്റി."

മാലിനി മറ്റൊരു ചോദ്യം കൊണ്ടയാളെ നേരിട്ടു.

"ഒരു പക്ഷേ, എനിക്ക് നീ പറയുന്നത് മനസ്സിലാക്കാൻ പറ്റിയേക്കും. എന്നാൽ എല്ലാവരും അങ്ങനെ ആവണമെന്നില്ലല്ലോ? പ്രത്യേകിച്ച് ആ കുട്ടിയുടെ വീട്ടുകാർക്ക്!"

"വീട്ടുകാർ അവളെ തള്ളിക്കളഞ്ഞതാ മാലൂ..."

മാലിനിയ്ക്ക് ആ മറുപടി ഒരു പിടിവള്ളിയായി.

"കുരുത്തക്കേടല്ലേ, ഇപ്പോഴത്തെ കുട്ടികൾക്കറിയൂ, പിന്നെ വീട്ടുകാരെങ്ങനെ സഹിക്കും?"

ആരോടും പറയണം എന്നാഗ്രഹിച്ചതല്ലെങ്കിലും നൂർജഹാന്റെ ജീവിതം എന്തായിരുന്നുവെന്ന് മാലിനിയെങ്കിലും അറിയണം എന്നയാൾ ആഗ്രഹിച്ചു.

അയാളവളുടെ ജീവിതപുസ്തകം മാലിനിക്കുമുന്നിൽ തുറന്നുവച്ചു:

"മാലൂ... നീ വിചാരിക്കുംപോലത്തെ ഒരു പെൺകുട്ടിയല്ല അവൾ. നമ്മളെപ്പോലെ പ്രണയം ഒരു കളിതമാശയായി കാണാൻ അവൾക്ക് കഴിഞ്ഞില്ല; അതായിരുന്നു അവൾ ചെയ്ത ഏക തെറ്റ്?"

"ആരായിരുന്നു കഥാനായകൻ?"

അവളുടെ ചോദ്യത്തിലെ ധ്വനി മനസ്സിലായെങ്കിലും അയാൾ അവഗണിച്ചു.

"ദൽഹി ജെ.എൻ.യുവിൽ ജേർണലിസത്തിൽ പിജി ചെയ്യാനെത്തിയതായിരുന്നു അവൾ. അതേ കോളേജിലെ വിദ്യാർത്ഥിയായിരുന്നു സൈഫുൽഹഖ്. ഇസ്ലാമിക് ഹിസ്റ്ററിയായിരുന്നു അവന്റെ വിഷയം. നനുത്ത മീശരോമങ്ങളുള്ള ചുവന്നു തുടുത്ത ആപ്പിൾ പോലുള്ള ആ കാശ്മീരി യുവാവ് കാമ്പസിന്റെ ഹരമായിരുന്നു. തീപ്പൊരി പ്രസംഗം കൊണ്ടവൻ വേദികൾ കീഴടക്കി. മിർസാഗാലിബി ന്റെ കവിതയും സൂഫി സംഗീതവുമൊക്കെ അവന്റെ പ്രസംഗത്തെ കാവ്യാത്മകമാക്കി. ഇംഗ്ലീഷ് കവിതകളെഴുതിയിരുന്ന നൂർജഹാന്റെ മനസ്സിലും അവൻ താളമിട്ടു. ആർക്കും പിടികൊടുക്കാതെ വഴുതിമാറിനടന്ന അവൾ ഒടുവിൽ സൈഫുൽഹഖിനുമുന്നിൽ കാലിടറി."

അയാൾ കഥ പാതിയിൽ നിർത്തി നല്ലതല്ലാത്ത എന്തോ ഓർമ്മകളിൽ മുഴുകി. പിന്നീടെന്തു സംഭവിച്ചു എന്നറിയാനുള്ള ആകാംഷ മാലിനിയെ കീഴടക്കിയിരുന്നു.

"എന്നിട്ട്?"

മാലിനി തിടുക്കപ്പെട്ടു.

"പരസ്പരം ഇഷ്ടപ്പെടുന്നവരെ വേർപ്പെടുത്തുകയാണല്ലോ ദൈവത്തിന്റെ

വിനോദം.

അവന്റെ നിലപാടുകൾ കോളേജ് ഭരണാധികാരികൾക്ക് തലവേദന യായി. പോലീസിന് അവൻ തീവ്രവാദിയായി. അവരവനെ കസ്റ്റഡിയിലെ ടുത്തു.

"എന്നിട്ട് വിദ്യാർത്ഥികൾ ഇടപെട്ടില്ലേ?"

മാലിനിയ്ക്ക് സഹതാപം തോന്നി.

"ഇടപെട്ടു. കാമ്പസിനകത്തും പുറത്തും വലിയ പ്രതിഷേധങ്ങൾ നടന്നു. പക്ഷേ ഒന്നും ഫലം കണ്ടില്ല. അവളുടെ കണ്ണീരും പ്രാർത്ഥനയും ദൈവം കൈക്കൊണ്ടില്ല. സൈഫുൽഹഖിനെ പുറംലോകം പിന്നെ കണ്ട തേയില്ല"

"എന്നിട്ട്.....ആ കുട്ടി"

മാലിനിക്ക് ഉള്ളിൽ കുറ്റബോധം തോന്നിത്തുടങ്ങി.

"പോലീസ് അവളെയും നിരന്തരം വേട്ടയാടി. അവളുടെ മനസ്സിന്റെ സമനില തെറ്റി. വീട്ടുകാർ അവളെ നാട്ടിലേക്ക് കൂട്ടികൊണ്ടുവന്നു. കുറച്ചുകാ ലം ഒരു മാനസികകേന്ദ്രത്തിൽ ചികിത്സതേടി."

അയാളുടെ ശബ്ദം നേർത്തുനേർത്തു വന്നു.

"ഹോസ്പിറ്റലിൽ നിന്നും ഡിസ്ചാർജ് ചെയ്തപ്പോൾ വീട്ടുകാർ വിവാ ഹത്തിന് നിർബന്ധിച്ചു. പക്ഷേ, സൈഫുൽഹഖിനെ മറക്കാൻ നൂർജഹാ നാവുമായിരുന്നില്ല. അങ്ങനെ അവിടെ നിന്നും രക്ഷപ്പെട്ടാണ് അവൾ തല സ്ഥാനനഗരിയിലേയ്ക്കെത്തുന്നത്."

അയാൾ പിന്നെയും നിശ്ശബ്ദനായി. ഒടുവിൽ മാലിനിയുടെ കണ്ണുകളി ലേക്ക് തന്നെ നോക്കിക്കൊണ്ടയാൾ പറഞ്ഞു.

"ഇനി നീ തന്നെ തീരുമാനിക്ക് ഞങ്ങൾക്കിടയിലുള്ള ബന്ധം എന്താ യിരുന്നുവെന്ന്?"

മാലിനിക്ക് ഉത്തരം മുട്ടി. അയാളുടെ കൈകളെടുത്ത് മടിയിൽ വച്ച് കൊണ്ടവൾ പറഞ്ഞു.

"നീ എന്നോട് പൊറുക്കണം. കാര്യമറിയാതെയാണ് ഞാനും നിന്നെ കുറ്റപ്പെടുത്തിയത്. അരുന്ധതിയുടെ കലഹം. പിന്നെ ആ കുട്ടിയുടെ ദുരു ഹമരണം. പത്രവാർത്തകൾ, എല്ലാം കൂടെയായപ്പോൾ എനിക്കും നിന്നെ അവിശ്വസിക്കേണ്ടിവന്നു. പക്ഷേ, എന്നോടിപ്പോൾ പറഞ്ഞതുപോലെ നി നക്കരുന്ധതിയോടും എല്ലാം തുറന്ന് പറയാമായിരുന്നു.......!"

"എന്തിന്? ഇത്രയുംകാലം ഒരുമിച്ചുകഴിഞ്ഞിട്ടും....! എന്റെ പട്ടിണി യും കണ്ണീരും പരാതികളില്ലാതെ പങ്കിട്ടെടുത്തവൾ.... ഞാൻ മരണത്തിന്റെ ഗാഢനിദ്രയ്ക്ക് കാത്തിരിയ്ക്കുമ്പോൾ എന്നെ അവിശ്വസിച്ചാൽ പിന്നെന്തു വി ശദീകരണം.....?"

അയാൾ ടീപ്പോയിൽ വച്ചിരുന്ന ഫ്ളാസ്ക്കെടുത്ത് കപ്പിലേക്ക് കടും കാപ്പി പകർന്നു. അതു മെല്ലെ മെല്ലെ കുടിച്ചിറക്കി. ജീവിതത്തിന്റെ കയ്പുമുഴു വൻ കുടിച്ചുവറ്റിച്ചതിന്റെ മടുപ്പ് ആ മുഖത്ത് ദൃശ്യമായിരുന്നു.

തടമിടിഞ്ഞ ഓർമ്മകളുടെ ഊടുവഴികളിലൂടെ അയാൾ പിന്നെയും

നൂർജഹാനിലേക്ക് നടന്നു.

മൈലാഞ്ചിയിട്ട, മൃദുലമായ ആ കൈകൾ അയാളുടെ പരുക്കൻ കൈകൾക്കുള്ളിലാണിപ്പോൾ. വിജനവും വിദൂരവുമായ ഏതൊക്കെയോ വഴികളിലൂടെ സഞ്ചരിക്കുംപോലെയാണയാൾക്ക് തോന്നിയത്.

നടന്ന് നടന്ന് ഒടുവിൽ ചെന്ന് കയറിയത് അവൾ താമസിക്കുന്ന വാടകവീടിന്റെ മട്ടുപ്പാവിലായിരുന്നു. അവിടെ നിന്ന് നോക്കിയാൽ തെല്ലകലത്തിലായ് ഒരു പള്ളിസെമിത്തേരിയാണ് കാഴ്ചയിലേയ്ക്ക് കയറി വരുന്നത്. നിറയെ കല്ലിലും തടിയിലും തീർത്ത പല വലിപ്പത്തിലും നിറത്തിലുമുള്ള കുരിശുകൾ. പുതിയതും പഴയതുമായ പലതരം കല്ലറകൾ... അതിലേയ്ക്ക് വിരൽ ചൂണ്ടി അവൾ പറയുന്നു.

"ദാ നോക്കൂ, ആ കല്ലറ വാൻഗോഗിന്റെ " പൊട്ടറ്റോ ഈറ്റേഴ്സി" നെപോലെ നിറം മങ്ങിയത്....... ദാ ആ മാർബിൾ കല്ലറയിലെ കുരിശുകണ്ടോ ദാലിയുടെ വിചിത്ര ജ്യാമിതിപോലെ ഒഴുകിപ്പരന്ന ഘടികാരത്തിനെ ഓർമ്മിപ്പിക്കുന്നു......ല്ലേ......

"ദാ-സെമിത്തേരിയുടെ ഒത്ത നടുക്കായി അമൃത ഷെർഗാളിന്റെ പെയിന്റിംഗ് പോലെ ഒരു ചെമ്പകമരം പൂത്തുനിൽക്കുന്നതുകണ്ടോ?"

അവൾ പറഞ്ഞതുശരിയായിരുന്നു. നിറയെ മഞ്ഞപ്പൂക്കൾ വാരി വിതറി ശിഖരങ്ങൾ കല്ലറകൾക്കുമുകളിലേക്ക് ചാഞ്ഞുകിടക്കുന്നു. മരിച്ചവരുടെ ആത്മാവുകൾ രാത്രികാലങ്ങളിൽ ആ ശിഖരങ്ങളിൽ വിശ്രമിക്കാനെത്താറുണ്ടെന്ന് നൂർജഹാൻ ആണയിട്ടു പറഞ്ഞു. അവരവളെ കൂട്ടുചെല്ലാൻ ക്ഷണിക്കാറുണ്ടത്രേ!

സ്വതവേ ശാന്തസ്വഭാവമായിരുന്ന നൂർജഹാൻ അപ്പോൾ ചിരിച്ചുല്ലസിച്ച് അയാളോട് നിർത്താതെ സംസാരിച്ചുകൊണ്ടിരുന്നു......

"ചില രാത്രികളിൽ ആ സെമിത്തേരി ഷഡ്പദങ്ങളുടെ ഉദ്യാനമാകും. അപ്പോൾ ചെമ്പകമരത്തിന്റെ പൂക്കളെല്ലാം തറയിൽ വീണുകിടക്കും. പകരം ചെമ്പകമരത്തിന്റെ ശിഖരങ്ങളിൽ ഷഡ്പദങ്ങൾ നൃത്തം ചെയ്യും. അപ്പോൾ കല്ലറകളെല്ലാം തുറക്കപ്പെടും. ആത്മാവുകളെല്ലാം ചെമ്പകമരച്ചുവട്ടിൽ ഒത്തുചേരും. വലിയ ആഴികൂട്ടി ആട്ടവും പാട്ടുമായ് അവർ നേരം വെളുപ്പിക്കും. ഒടുവിൽ കൊഴിഞ്ഞുവീണ പൂവുകളും നൃത്തം ചെയ്യുന്ന ഷഡ്പദങ്ങളും ആ തീയിൽ ആളിക്കത്തി അമരും. ആത്മാവുകളൊക്കെ അപ്പോൾ കല്ലറകളിലേക്ക് തിരിച്ച് നടക്കും.

ഒരിയ്ക്കൽ.....

ഒരിയ്ക്കൽ ഞാനും ഷഡ്പദങ്ങളോടും

പൂക്കളോടുമൊപ്പം ആ തീയിൽ വെന്തെരിയും...."

അതുപറയുമ്പോൾ നൂർജഹാന്റെ കണ്ണിലെ പ്രകാശവും മുഖത്തുതെളിഞ്ഞ ആനന്ദവും പേടിപ്പെടുത്തുന്നതായിരുന്നു.

മറ്റേതോ ഗ്രഹത്തിൽ നിന്നും മട്ടുപ്പാവിലേക്ക് പറന്നെത്തിയ ഒരു വലിയ ഷഡ്പദത്തിന്റെ രൂപമായിരുന്നു അവൾക്കപ്പോൾ.

ഏറെ പണിപ്പെട്ടാണ് ടെറസ്സിൽ നിന്നും അന്നവളെ താഴെയിറക്കി

യത്. സ്വന്തം മനസ്സിനുമേലുള്ള പിടിവിട്ടുപോവുന്ന ചില നിമിഷങ്ങളാണ തെന്ന് അയാൾക്ക് മനസ്സിലായി.

എന്നാൽ, പിറ്റേന്ന് ഒന്നും സംഭവിക്കാത്തതുപോലെയാണവൾ അയാളെ കാണാൻ വന്നത്. എത്ര ശ്രമിച്ചിട്ടും അസാധാരണമായി ഒന്നും അവളിൽ കണ്ടെത്താനായില്ല.

പതിവുപോലെ അന്നും അവർ കടൽക്കരയിൽ നടക്കാൻ പോയി. ജഗജിത്സിംഗിന്റെ ചില ഗസലുകളും റാഫിയുടെ ചില പാട്ടുകളും അയാളെ കേൾപ്പിച്ചുകൊടുത്തു. ഇളം ചൂടുവെള്ളത്തിൽ അയാളുടെ ശരീരം തുടച്ചെടു ത്തു. രാത്രി ഏറെ വൈകി ഒരു കൊച്ചുകുട്ടിയെപ്പോലെ അയാളെ കെട്ടിപ്പി ടിച്ചവൾ ഉറങ്ങി......

"എന്തായിരുന്നു അവളുടെ മരണത്തിലെ ദുരൂഹത?"

അയാളുടെ ഓർമ്മകളെ ഭേദിച്ചുകൊണ്ട് മാലിനിയുടെ ചോദ്യമുയർന്നു. അയാൾ പറഞ്ഞുവന്നതിന്റെ ബാക്കി പൂരിപ്പിക്കാത്തതിൽ അസ്വസ്ഥയാ യിരുന്നു മാലിനി.

"മനസ്സിന്റെ ആവലാതികളും അലച്ചിലുകളും തിരിച്ചറിയാനാവാത്തവ ർക്ക് മരണം മാത്രമല്ല ജീവിതവും ദുരൂഹമായിരിക്കും. എന്തിലും ഏതിലും ദുരൂഹത ദർശിക്കുന്നവരുടെ മനസ്സിനെ വിശകലനം ചെയ്യുക അതിലേറെ പ്രയാസവും.

വെറുതെ വാർത്തകളിലേക്ക് അവളുടെ ജീവിതത്തെ വലിച്ചിഴച്ചവരു ടെ മനോഘടനയാണ് മാലൂ; ദുരൂഹം. അവളുടെ മരണം എപ്പോഴും സംഭവി ച്ചേക്കാവുന്ന ഒരു ആത്മഹത്യമാത്രമായിരുന്നു.

ആത്മഹത്യചെയ്യുന്നവരെ ഭീരുക്കൾ എന്നല്ലേ നമ്മൾ വിളിക്കാറ്. പക്ഷേ, ജീവിതമെന്ന യുദ്ധത്തിൽ പൊരുതിത്തോറ്റ ഒരു യോദ്ധാവിന്റെ ധീരതയാണത്. ആത്മഹത്യയുടെ നിമിഷങ്ങളിൽ അവരനുഭവിക്കുന്നത് ആനന്ദമോ നിരാശയോ എന്ന് എങ്ങനെ അറിയും?

നിരാശയിൽ നിന്നും ആനന്ദത്തിലേക്കുള്ള യാത്രയാണതെന്നാണ് എനിക്കുതോന്നിയിട്ടുള്ളത്.

മാലൂ എന്റെ മരണക്കിടക്കയിൽ നിന്നും കരഞ്ഞുകലങ്ങിയ കണ്ണുക ളുമായി അവളിറങ്ങിപ്പോയത് വാടകവീട്ടിലേയ്ക്കായിരുന്നു. രണ്ടു ദിവസം ജലപാനം പോലുമില്ലാതെ മുറിയടച്ചിരുന്നു. ഒരു ഇംഗ്ലീഷ് പത്രം ഇടയ്ക്കിടയ്ക്ക് നിവർത്തിനോക്കി അവൾ കണ്ണീർ വാർക്കുന്നുണ്ടായിരുന്നുവെന്ന് കൂട്ടുകാരി കൾ പറഞ്ഞു.

അവർ തന്ന ആ പത്രത്തിൽ, ഏറ്റുമുട്ടലിൽ കൊല്ലപ്പെട്ടത് എന്ന അടി ക്കുറിപ്പോടെ വെടിയേറ്റുകിടക്കുന്ന സൈഫുൽഹഖിന്റെ ചിത്രമുണ്ടായിരുന്നു.

മൂന്നാം നാൾ രാത്രി, ടെറസ്സിൽ സ്വയം തീ കൊളുത്തി അവൾ അഗ്നി പ്രവേശം ചെയ്തു. കൂട്ടുകാരികൾ ഓടിയെത്തുമ്പോഴേക്കും ശരീരം പാതി വെ ന്തനിലയിലും അവൾ ഒരു ഉന്മാദിനിയെപ്പോലെ നൃത്തം ചെയ്യുകയായിരു ന്നുവത്രേ.'

അതു പറയുമ്പോൾ അയാളുടെ കണ്ണുകൾ കലങ്ങുകയും ശബ്ദം ഇടറു കയും ചെയ്തു.

"നീ കാണാൻ പോയിരുന്നോ?"

മാലിനിയുടെ കൺകോണുകളിലും നനവുപടർന്നിരുന്നു.

"ഞാൻ അത്യാഹിതവാർഡിലെത്തുമ്പോഴും അൽപം ജീവൻ ബാക്കിയുണ്ടായിരുന്നു. കണ്ണുകളിലെ ആ പിടച്ചിൽ മാഞ്ഞിരുന്നില്ല. നനുത്ത മേൽമീശയ്ക്ക് താഴെ തുടുത്ത അധരങ്ങളിൽ പ്രകാശത്തിന്റെ ഒരു പുഞ്ചിരി അവളൊളിപ്പിച്ചുവച്ചിരുന്നു."

മാലിനിക്ക് കരച്ചിലടക്കാനായില്ല.

"ഒരു കരിംപച്ചഷർട്ട് അലക്കിത്തേച്ച് അവൾ ആശുപത്രിയിൽ കൊണ്ടുവച്ചിരുന്നു. അന്നതായിരുന്നു ഞാൻ ഇട്ടിരുന്നത്. കഴിഞ്ഞ റംസാന് അവളെനിക്ക് സമ്മാനിച്ചതായിരുന്നു അത്.

കരിംപച്ചഷർട്ടിനുള്ളിലാണ് സൈഫുൽ കാണാൻ കൂടുതൽ സുന്ദരൻ എന്നവൾ അന്നു പറഞ്ഞിരുന്നു.

മാംസം പാതിയും അടർന്നുപോയ ഇടം കൈയ്യുയർത്തി അവളെന്റെ ഷർട്ടിൽ പിടുത്തമിട്ടു. അതിന്റെ കുടുക്കുകൾ ഒന്നൊന്നായ് വലിച്ചുപൊട്ടിച്ചു. പിന്നെ ഇടറിപ്പോയ ശബ്ദത്തിൽ പറഞ്ഞു.

"ഈ ഷർട്ടിനി ഇടണ്ട, മറന്നേക്കണം

എന്നേം അവനേം......."

പിന്നെ, ഞാൻ നോക്കിനിൽക്കെ ചിറകുകൾ മുളച്ച ഷഡ്പദമായി പ്രപഞ്ചത്തിന്റെ അതിരുകളിലേയ്ക്ക് അവൾ പറന്നകന്നു.

മാലൂ........

ഇപ്പോൾ, ഒഴുക്കില്ലാത്ത ഒരു നദിയിൽ

തുഴയില്ലാത്ത ഒരു തോണിയിൽ

ഞാൻ ആകാശം നോക്കികിടക്കുകയാണ്

അവിടെ,

സത്യത്തിന്റെ വാൾത്തിളക്കമായ

സൈഫുൽഹഖും

ലോകത്തിന്റെ പ്രകാശമായ

നൂർജഹാനും

തമ്മിൽ കണ്ടുമുട്ടിയിരിക്കാം.....

എഴുതി മുഴുമിപ്പിക്കാത്ത ഒരു കവിതയിൽ

അവൾ തന്നെ പറയുന്നുണ്ട്.

' Far away under the glowing sun

Shines a silk green carpet.

near by shadows disappearing like

Celleloied frames

And a cool breeze made me full.

You are near me....."

മാലിനിയ്ക്കുമുന്നിൽ കാഴ്ചകൾ ഇരുണ്ടുപോയി............

15

അനുയാത്രകൾ

നൂർജഹാന്റെ കഥ പറഞ്ഞു മുഴുമിപ്പിച്ചപ്പോൾ പ്രപഞ്ചം മുഴുവൻ ഇരുണ്ടു പോയതുപോലെ അയാൾക്കുതോന്നി. മറുപുറം കാണാനാവാത്ത ഒരു കുറ്റൻ ടണലിൽ ഒറ്റപ്പെട്ടുപോയ അവസ്ഥ.

മാലിനി അയാൾക്കരികിലേയ്ക്ക് കൂടുതൽ ചേർന്നിരുന്നു. കൈവെള്ളയിൽ നിന്നും വഴുതിപ്പോവുന്ന ജീവിതങ്ങളെയോർത്ത് അവൾ വല്ലാതെ വ്യാകുലപ്പെട്ടു.

ഒരു മഴപെയ്തു തോർന്നതുപോലെ ഹൃദയം ശൂന്യമായപ്പോൾ അയാൾ പറഞ്ഞു.

"മാലിനീ, നൂർജഹാൻ മറ്റൊരു ലോകത്തേയ്ക്കുള്ള യാത്രതുടങ്ങുമ്പോൾ ഞാൻ തിരക്കിട്ട് നിന്റടുത്തേയ്ക്കുള്ള വണ്ടി പിടിക്കുകയായിരുന്നു. ആശുപത്രിയിലേക്കു തിരിച്ചുചെല്ലാൻ തോന്നിയില്ല. നൂർജഹാൻ യാത്രയായതോടെ എല്ലാ ആശ്രയവും നഷ്ടപ്പെട്ടിരുന്നു. ഞാൻ തീർത്തും അനാഥനായതുപോലെ."

മാലിനി അയാളുടെ തോളിലേയ്ക്കു തല ചായ്ച്ചു കിടന്നു.

അയാളുടെ മനസ്സു കലുഷമായിരുന്നു. മാലിനിയോടു പലതും തുറന്നുപറയണം എന്നു വിചാരിച്ചാണ് ഇറങ്ങിപ്പുറപ്പെട്ടത്. പക്ഷേ, ഇപ്പോൾ മനസ്സിലൊരാശങ്ക.

ഈ ആശങ്കകളായിരുന്നു എന്നുമെന്റെ ശാപം. സ്നേഹിക്കണോ? വെറുക്കണോ? സ്വീകരിക്കണോ? തിരസ്ക്കരിക്കണോ? ജീവിക്കണോ? മരിക്കണോ? എന്നിങ്ങനെ ആശങ്കകൾ എന്നും വഴിമുടക്കി. ഇപ്പോഴും അതുതന്നെ. എല്ലാം തുറന്നു പറഞ്ഞും ഓർമ്മപ്പെടുത്തിയും അവളെ എന്തിനു വേദനിപ്പിക്കണം?

സന്ന്യാസത്തിന്റെ വഴിയിലാണെങ്കിലും ഭൂമിയിൽ ജീവിച്ചിരിക്കുന്ന

ഒരു ഭർത്താവുണ്ടവൾക്ക്. വിവാഹിതയായ മകളും. സ്വന്തമായി ഉദ്യോഗം, വീട്, വാഹനം. ഒരു ജീവിതത്തിനാവശ്യമുള്ളതൊക്കെ അവൾ സ്വയം വെട്ടിപ്പിടിച്ചിരിക്കുന്നു. വേദനയുടെ മരുഭൂമി അവൾ തനിയെ മുറിച്ചുകടന്നിരിക്കുന്നു. ഇപ്പോൾ അവളനുഭവിക്കുന്ന സമാധാനവും സന്തോഷവും വെറുതേ തല്ലിക്കെടുത്തേണ്ടതില്ല. പഴയ ബന്ധങ്ങൾ ചികഞ്ഞെടുത്ത് അവളുടെ മനസ്സിന്റെ സ്വാസ്ഥ്യം നഷ്ടപ്പെടുത്താൻ പാടില്ല.

അയാൾക്കാദ്യമായി മനസ്സിൽ കുറ്റബോധം തോന്നി. ഒരിയ്ക്കൽക്കൂടി ആദ്യം മുതൽ ഈ ജീവിതം ഒന്നുകൂടി ആവർത്തിക്കാൻ കഴിഞ്ഞാൽ വരുത്താവുന്ന തിരുത്തലുകൾ എന്തൊക്കെ എന്നയാൾ ആലോചിച്ചുനോക്കി. പക്ഷേ, അപ്പോഴും ഈ മണ്ടത്തരങ്ങളുടെയൊക്കെ തനിയാവർത്തനം തന്നെയാവും എന്നയാളുറപ്പിച്ചു.

അപ്പോൾപ്പിന്നെ ഏറ്റവും കരണീയമായിട്ടുള്ളത് സ്വയം എറിഞ്ഞുടച്ച ഈ ജീവിതത്തിനായി ഇനിയും ആരുടേയും ഔദാര്യത്തിനു മുന്നിൽ ഭിക്ഷാപാത്രവുമായി നിൽക്കാതെ അവനുതന്നെ പിടികൊടുക്കുക എന്നതാണ്. എല്ലാറ്റിനും കാരണം അവനായിരുന്നല്ലോ? ഞാൻ ഇത്രയും നാൾ ജീവിച്ചതുതന്നെ അവൻ തന്ന ഔദാര്യത്തിലാണ്.

ഭൂമിയുടെ ഉദരത്തിൽ ഇടികുടുങ്ങിയ ആ കർക്കിടക രാവിൽ എന്നെ തനിച്ചാക്കി, കോരിച്ചൊരിയുന്ന മഴയിലേയ്ക്ക് അവൻ ഇറങ്ങി നടക്കുമ്പോൾ പകരം തന്നതാണീ ജീവിതം. അതെപ്പോഴും മടക്കിച്ചോദിക്കാൻ അവനവകാശമുണ്ട്.

അവനനുവദിച്ചുതന്ന അവസാനനിമിഷങ്ങളും കഴിയാറായിരിക്കുന്നു. ഇനി ഏതു സമയവും അവനിങ്ങെത്തും അപ്പോൾ എതിരൊന്നും പറയാതെ ഭൂമിയിൽ നിന്നും കവർന്നെടുത്തതൊക്കെ ഭൂമിയിൽത്തന്നെ ഉപേക്ഷിച്ച് അവനോടൊപ്പം പോയേ തീരൂ..

പുറത്തെങ്ങാനും അവന്റെ കാൽപ്പെരുമാറ്റം കേൾക്കുന്നുണ്ടോ എന്നയാൾ ശ്രദ്ധിച്ചു.

ചെറുങ്ങനെ ചാറിപ്പെയ്യുന്ന മഴയിൽ, വെള്ളത്തുള്ളികൾ ജനൽച്ചില്ലകളിൽ വന്നലയ്ക്കുന്നതിന്റെ ശബ്ദം കേൾക്കുന്നുണ്ട്. മഴനനഞ്ഞ ഷഡ്പദങ്ങളോരോന്നായി അകത്തേയ്ക്കു തള്ളിക്കയറാനുള്ള ശ്രമത്തിൽ ചിറകു കുഴഞ്ഞ് വീഴുന്നതുകാണാം.

സെന്റ് ജോൺസ് കത്തീഡ്രലിൽ നിന്നും ഒറ്റയുംപെട്ടയും മണിമുഴങ്ങുന്നുണ്ട്. നിത്യനിദ്രയിലേയ്ക്കു പ്രവേശിച്ച ആരുടെയോ നിശ്വാസങ്ങൾ കാറ്റിലലിയുന്നു. മാലിനി ഇപ്പോൾ അയാളുടെ തോളിൽചാരിയിരുന്ന് നല്ല ഉറക്കത്തിലേയ്ക്കു പ്രവേശിച്ചു. ഉറങ്ങട്ടെ, ഒന്നുമറിയാതെ ഉറങ്ങട്ടെ. ഒരു യാത്രപറയൽ ഇനി ആവശ്യമില്ല. ഉണരുമ്പോൾ എന്നെ കാണാതെവരും അപ്പോൾ അവൾക്കറിയാം. ഏതോ ഇരുട്ടിലേയ്ക്കിറങ്ങിപ്പോയി ഏതോ ഇരുട്ടിൽ നിന്നും എപ്പോഴെങ്കിലും കയറി വരുമെന്ന്.

അവൾകാത്തിരുന്നുകൊള്ളും. കാത്തിരിപ്പ്, അതൊന്നുമാത്രമാണ് സത്യം.

വസന്തം ഗ്രീഷ്മത്തെ,

ഗ്രീഷ്മം വർഷത്തെ, കാത്തിരിക്കുംപോലെ...

ഓരോന്നും ഓർത്തിരുന്നപ്പോൾ അയാളും അറിയാതെ മയങ്ങിപ്പോയി. ഒച്ചയുണ്ടാക്കാതെ അവൻ കടന്നുവന്നത് അയാൾ അറിഞ്ഞതേയില്ല. തോളിൽത്തട്ടി വിളിച്ചപ്പോഴാണ് കൺതുറന്നത്.

പിന്നെ ഒട്ടും സമയം പാഴാക്കിയില്ല.

മാലിനിയെ ഉണർത്താതെ തന്നെ, അവളുടെ മുഖം തോളിൽ നിന്നെടുത്ത് സാവധാനം സോഫയിലേയ്ക്കു ചേർത്തു കിടത്തി.

അതമ്പുവള്ളിയിലൂടെ ഓടിക്കളിക്കുന്ന അണ്ണാറക്കണ്ണനെപ്പോലെ നിർമ്മലവും, സന്തോഷഭരിതവുമായിരുന്നു അവളുടെ മുഖമപ്പോൾ. അവളുടെ നീണ്ടുമെലിഞ്ഞ വിരലുകളിൽ സ്പർശിച്ചപ്പോൾ ബാല്യത്തിന്റെ ഒരു നക്ഷത്രം മനസ്സിൽ മിന്നി. എത്രകാലം കോർത്തു പിടിച്ചുനടന്നിട്ടുള്ള വിരലുകൾ...

അയാൾ അവളുടെ കൈകളെ സ്വതന്ത്രമാക്കി. പിന്നെ പഴുത്തപേരയ്ക്കാമണമുള്ള ചുണ്ടുകളിൽ മൃദുവായി ചുംബിച്ചു. ഉള്ളിൽ കരുതിവച്ച സ്നേഹം മുഴുവൻ അതിലുണ്ടായിരുന്നു.

അപ്പോഴേയ്ക്കും സമയം കഴിഞ്ഞിരുന്നു.

പിന്നിൽ അസ്വസ്ഥനായി കാത്തുനിന്ന അവന്റെ കൈപിടിച്ച് അയാൾ ഇരുട്ടിലേയ്ക്കിറങ്ങി..

പുറത്ത് ആകാശം ചോർന്നു തുടങ്ങിയിരുന്നു. മിന്നലും മുഴക്കവും കൂടിക്കലർന്ന സിംഫണി അവർക്കുമുന്നേ സഞ്ചരിച്ചു.

എത്രസമയം, എത്രദൂരം അങ്ങനെ നടന്നു എന്നറിയില്ല. ഒട്ടും ക്ഷീണം തോന്നിയില്ല. കാലുകൾ ഭൂമിയിൽ സ്പർശിക്കുന്നുണ്ടായിരുന്നില്ല. തോരാത്ത മഴയിലും ഒട്ടുംനനഞ്ഞതേയില്ല.

അപ്പോഴേയ്ക്കും എവിടെ നിന്നോ ഒരു കാളവണ്ടിയുടെ കുടമണികിലുക്കവും, കാളകളുടെ ചിനപ്പും ഉയർന്നുകേട്ടു. അത് ഞങ്ങൾക്കരികിലേയ്ക്കായിരുന്നു എത്തിക്കൊണ്ടിരുന്നത്. കാളവണ്ടി തൊട്ടടുത്തു വന്നു നിന്നപ്പോൾ കണ്ടു, വണ്ടിത്തണ്ടിൽ ചാട്ടവാർചുഴറ്റി ഇരിയ്ക്കുന്ന കുഞ്ഞാറാണൻ. എന്നെക്കണ്ടപ്പോൾ കുഞ്ഞാറാണൻ പുകയില ചവച്ചുകറുത്തുപോയ പല്ലുകൾകാട്ടി ഒന്നു ചിരിച്ചു.

ജന്മമെടുത്തപ്പോൾ മുതലുള്ള ബന്ധമാണ് കുഞ്ഞാറാണനുമായിട്ടുള്ളത്. ഞങ്ങളുടെ നാടിന്റെ ഇടവഴികളിലൂടെയൊക്കെ ആ കുടമണി കിലുക്കം കടന്നുപോയിട്ടുണ്ട്. മക്കളെക്കൊണ്ടുപോലും തൊടീക്കാത്ത വണ്ടിത്തണ്ടിൽ പുസ്തകക്കെട്ടും വച്ച് താളം തല്ലുന്ന വണ്ടിപ്പുറത്തിരുന്ന്, സ്കൂൾ മുറ്റത്ത് ചെന്നിറങ്ങുമ്പോഴുള്ള അന്തസ്സ് കുഞ്ഞാറാണൻ എനിക്കു മാത്രം അനുവദിച്ചുതന്ന ഔദാര്യമായിരുന്നു.

അതിനു പകരമായി കുഞ്ഞാറാണൻ എന്നിൽ നിന്നും ഒരു പ്രതിഫലം വാങ്ങിയിരുന്നു. കാളകൾക്ക് ലാടം തറയ്ക്കുമ്പോൾ സഹായിയാകുക എന്ന പ്രതിഫലം.

കൊന്താലം പറമ്പിലെ അറക്കപ്പൊടിക്കൂനക്കടുത്തായി തെങ്ങിനോ

ടുചേർത്തുകെട്ടി കാളകളെ കാൽമുട്ടിനടിച്ചു വീഴ്ത്തും. വീഴുമ്പോൾ അപകടം പറ്റാതിരിയ്ക്കാനാണ് അറക്കപ്പൊടി. പിന്നെ നാലുകാലും കൂട്ടിക്കെട്ടും. ചെറിയ ദ്വാരങ്ങളിട്ട ഇരുമ്പുപട്ട ചുട്ടുപഴുപ്പിച്ചശേഷം വെള്ളത്തിൽ മുക്കിത ണുപ്പിക്കും. എന്നിട്ട് കുളമ്പിനോടുചേർത്തുവയ്ക്കും. കുഞ്ഞാറാണൻ മൂക്കുകയർ തെങ്ങിനോടുചേർത്തു വലിച്ചു പിടിക്കും. കൊല്ലൻ അഞ്ചിഞ്ചു നീളമുള്ള ഇരു മ്പാണി ഓരോന്നായി ഇരുമ്പുപട്ടയിലെ തുളവഴി മടമ്പിലേയ്ക്കടിച്ചു കയറ്റും.

പച്ചമാംസത്തിലേയ്ക്കു ഇരുമ്പാണി കയറുമ്പോൾ, കാളയുടെ കണ്ണുകൾ പുറത്തേയ്ക്കു തള്ളിവരും. ഭൂമിയുടെ നെഞ്ചുപിളരുന്ന വേദനയിൽ അതു മുക്ര യിടും ഒന്നു പിടയാൻ പോലുമാവാതെ ചാണകത്തിലും മൂത്രത്തിലും കുഴഞ്ഞ് അത് ഇറ്റുവെള്ളത്തിനായി നാവുപുറത്തേയ്ക്കിടും. കഠിനപാതകൾ താണ്ടാനു ള്ള സൂത്രപ്പണിയായിരുന്നു ഈ ലാടം തറയ്ക്കൽ.

മറ്റുകുട്ടികളൊക്കെ ഭയന്നു മാറിനില്ക്കുമ്പോൾ ഇരുമ്പുപട്ട വെള്ളത്തി ൽ തണുപ്പിച്ചെടുത്തും. ആണിയും ചുറ്റികയും ക്രമം തെറ്റാതെ കൊല്ലനു കൊടുത്തും. കാളകളുടെ തൊണ്ടക്കുഴിയിൽ വെള്ളമിറ്റിച്ചും ഞാൻ കുഞ്ഞാ റാണനു സഹായിയായി.

ഒരിയ്ക്കൽ, എന്റെ വീരകൃത്യം കാണിക്കാൻ ഞാൻ മാലിനിയേയും കൂടെക്കൂട്ടി. മടമ്പിൽ ആദ്യ ആണികയറിയപ്പോൾത്തന്നെ അവൾ മുഖം പൊത്തി തിരിഞ്ഞോടി. കുറേ ദിവസത്തേയ്ക്ക് അവൾ പിണങ്ങിനടന്നു. പിന്നെ കണ്ടപ്പോൾ പറഞ്ഞു:

"നോയ്ക്കോ..., നീയും ഇതുപോലെ മരിക്കും!"

അവളുടെ മണ്ടത്തരമോർത്ത് ഞാനന്നുചിരിച്ചു. അവനും കുഞ്ഞാറാണ നും തമ്മിൽ നല്ല ആത്മബന്ധത്തിലായിരുന്നു. അതിനുകാരണം അവനെ കുഴിച്ചിട്ട വെട്ടിമരത്തിന്റെ ശീഖരത്തിലാണ് കുഞ്ഞാറാണൻ കന്നുകുട്ടിക ളുടെ മറുപിള്ളയെകെട്ടിത്തൂക്കിയിരുന്നത് എന്നതായിരുന്നു. രാത്രിയിൽ കുറുനരി കട്ടോണ്ടുപോകാതെ അവൻ കാവലിരുന്നു.

ഇന്നിപ്പോൾ അതേ വെട്ടിമരത്തിനുചുവട്ടിലേയ്ക്കാണ് കാളവണ്ടിയിൽ കയറ്റി അവനും കുഞ്ഞാറാണനും കൂടി എന്നേയും കൊണ്ടുവന്നത്.

എന്താണ് സംഭവിക്കുന്നത് എന്നു തിരിച്ചറിയും മുന്നേ അവരെന്റെ കൈകാലുകൾ കൂട്ടിക്കെട്ടി മുട്ടുകാലിനടിച്ച് തറയിലേയ്ക്കിട്ടു. അപ്പോഴേ എന്റെ പാതിബോധം മറഞ്ഞു. പഴുപ്പിച്ച ഇരുമ്പുചട്ടത്തിലേയ്ക്ക് വെള്ളമൊഴി ക്കുമ്പോഴുള്ള ശബ്ദം മാത്രം കാതിൽ മുഴങ്ങുന്നുണ്ട്. ഇരുമ്പാണികൾ കിലു ങ്ങുന്ന ശബ്ദം തലച്ചോറിലേക്കു തറഞ്ഞുകയറുന്നു. ചുറ്റികകൊണ്ടുള്ള ആദ്യ പ്രഹരത്തിൽത്തന്നെ ഉള്ളംകാൽ തുളച്ച് വേദന നിറുകയിലേയ്ക്കു പടർന്നു. പിന്നെ വെട്ടിമരത്തിന്റെ ശിഖരങ്ങളെ കുലുക്കി, അതമ്പുവള്ളികളെ പിടിച്ചു ലച്ച് ഇല്ലിക്കാടുകൾ നഗ്നിറങ്ങി എന്റെ ഉദരത്തിലേയ്ക്കുതന്നെ തിരിച്ചെത്തി.

വയറ്റിൽ അമർത്തിപ്പിടിച്ച്, കണ്ണുകൾ പുറത്തേയ്ക്കുതള്ളി നാക്കുകടിച്ചു, വിസർജ്ജ്യങ്ങളിൽ കുരുങ്ങി, വേദനയിൽ പുളഞ്ഞ് ഞാൻ നിലവിളിച്ചു. കാളയുടെ മുക്രയിടൽപോലെ എന്തോ ഒന്ന് തൊണ്ടയിൽ തടഞ്ഞു നിന്നു.

ഭൂമിയെ വലംവച്ചുകൊണ്ടിരുന്ന ഒരു പേടകത്തിൽ നിന്നും പുറത്തേയ്ക്ക്

വലിച്ചെറിയപ്പെട്ടതുപോലെ ഒരനുഭവം. പച്ച മണ്ണിളകിമാറിയ ഒരു കുഴിയിലേയ്ക്ക് ഞാൻ മുഖമടച്ച് വീണു. ഉറക്കെ നിലവിളിച്ചെങ്കിലും ആരും കേൾക്കാനുണ്ടായിരുന്നില്ല.

ഒടുവിൽ, വെട്ടിമരത്തിന്റെ മറവിൽനിന്നും അവനെന്റെ മുന്നിലേയ്ക്കു പ്രത്യക്ഷപ്പെട്ടു.

ഇടതു കാൽ എന്റെ നെഞ്ചിൽചവുട്ടി അവൻ കുഴിയിലേയ്ക്കിറങ്ങി.

ഞാനവനെ ദയനീയമായ് ഒന്നു നോക്കി. രക്ഷപ്പെടാനുള്ള അവസാന ശ്രമമെന്ന നിലയിൽ ഞാൻ ഒന്നു പിടഞ്ഞു.

അവൻ എന്റെ നെഞ്ചിൽ കാലമർത്തിക്കൊണ്ട്
അനുതാപപൂർവ്വം പറഞ്ഞു:
"മതി ഇനി നമുക്ക് പോകാം.
ഞാൻ തന്നജീവിതം ഞാൻ തന്നെ തിരിച്ചെടുക്കുന്നു.
മുൻകൂട്ടി പറഞ്ഞാൽ നീവരില്ലെന്നറിയാം.
അതുകൊണ്ടാണ് ഇങ്ങനെയൊക്കെവേണ്ടിവന്നത്.
ആലോചിക്കാൻ സമയം തന്നാൽ,
ആദ്യം നീ എന്നെ കീഴടക്കും.
എന്റെ നെഞ്ചിൽ നീ മുഷ്ടികൊണ്ടുപ്രഹരിക്കും.
എന്റെ വാരിയെല്ലുകൾ നീ തകർക്കും.
ഒടുവിൽ നീ കിടക്കുന്ന ഇതേ സ്ഥലത്ത്
നിനക്കുപകരം ഞാൻ കിടക്കേണ്ടിവരും
കാരണം, ഇപ്പോഴും നീ ഈ ഭൂമിയിലെ
ജീവിതത്തെ അത്രമേൽ പ്രണയിക്കുന്നുണ്ടെന്ന്
എനിയ്ക്കറിയാം.
അതുമുൻകൂട്ടികാണാൻ കഴിയാഞ്ഞതാണ് എന്റെ കുഴപ്പം.
ആ കർക്കിടക മഴയിൽ ഞാൻ നിന്നെ തനിച്ചാക്കി
പോന്നു എന്നുകരുതിയെങ്കിൽ നിനക്കുതെറ്റി.

നീയും എന്നോടൊപ്പം പോരും എന്നായിരുന്നു എന്റെ വിചാരം പക്ഷേ, നീ വന്നില്ല.

അന്നുമുതൽ ഒരു നിഴലുപോലെ ഞാൻ നിന്റെ
പിന്നാലെ ഉണ്ടായിരുന്നു.
ഊണിലും ഉറക്കത്തിലും
ദു:ഖത്തിലും സന്തോഷത്തിലും
നിരന്തരവും ഏകാഗ്രവുമായ നിരീക്ഷണം.
ഒരു പറ്റിയ സന്ദർഭത്തിനുവേണ്ടി ഞാൻ
കാത്തിരിക്കുകയായിരുന്നു ഇതുവരെ.
ഓരോ പരാജയത്തിനുശേഷവും നീ ജീവിതം മടുത്ത് സ്വയം
എന്നോടൊപ്പം ഇറങ്ങിവരാൻ ധൈര്യം കാണിക്കും
എന്നു ഞാൻ വിചാരിച്ചു.

പക്ഷേ, നീ വന്നില്ല.
കൂടുതൽ കൂടുതൽ ആവേശത്തോടെ നീയീ
ജീവിതത്തെ വാരിപ്പുണരുകയായിരുന്നു അപ്പോഴൊക്കെ.
അതുകൊണ്ട്, നീ വരില്ലെന്നുറപ്പായപ്പോഴാണ്.
നിന്റെ കരളിൽ, ഹൃദയത്തിൽ ഒക്കെ ഞാൻ
പിടിമുറുക്കിയത്.
ഇനിമതി, എല്ലാം അവസാനിപ്പിക്കാൻ
സമയമായിരിക്കുന്നു.
ഇനിനിന്നെ കാത്തിരിക്കാൻ ആരുമില്ല.
നാടലഞ്ഞ്, ഇരന്നുഭക്ഷിച്ച്,
പരിഹാസത്തിന്റെ കാലടികൾക്കുള്ളിൽ
ചതഞ്ഞരഞ്ഞ്.
ആരോ, ഔദാര്യം പോലെ വച്ചുനീട്ടുന്ന, സ്നേഹത്തിന്റെ
എച്ചിൽ തിന്നു ജീവിക്കാൻ.
ഞാൻ നിന്നെ അനുവദിക്കുകയില്ല.
ഇത്രയും നാൾ
ഞാൻ നിന്നെ പിൻതുടർന്നു.
ഇനി നീ എന്നെ പിൻ തുടരുക."

പച്ചമാംസത്തിലേയ്ക്ക്
അവസാനത്തെ ആണിയും തുളച്ചുകയറി.
ഒരു കുറ്റിച്ചൂളാൻ കൂവിവിളിച്ച്
തെക്കോട്ടുപോയി.
തകർത്തുപെയ്യുന്ന മഴയിൽ
അയാൾ നനഞ്ഞു തുടങ്ങി.
പ്രപഞ്ചത്തിലെ മുഴുവൻ ഷഡ്പദങ്ങളും
അയാൾക്കരികിലേയ്ക്കു പറന്നുവന്നു.
ഭൂമിയ്ക്കടിയിൽ ഒരിടികുടുങ്ങി.
ഭൂമിയുടെ ഉപരിതലത്തിൽ മഴക്കുണുകൾ
മുളച്ചുപൊന്തി...
ഒടുവിൽ;
വെന്റിലേറ്ററിൽ നിന്നും അയാൾ
മോചിതനായി.

16

വിപരീതങ്ങൾ

രാവിലെ മുതൽ മൊബൈൽഫോൺ ബെല്ലടിക്കുന്നതാണ്. മാലിനി ഫോണെടുത്തില്ല. അവൾ സോഫയിൽ നിവർന്നുകിടന്നുകൊണ്ടോർത്തു. ഇന്നലെ രാത്രി എപ്പോഴാണുറങ്ങിയതെന്നറിയില്ല. അയാളോടു വർത്തമാനം പറഞ്ഞിരുന്ന് എപ്പോഴോ ഒന്നുമയങ്ങിപ്പോയതാണ്. ഉറക്കം ഇപ്പോഴും കണ്ണുകളിൽ നിന്നും വിട്ടുമാറിയിട്ടില്ല.

അയാളെക്കുറിച്ചോർമ്മ വന്നപ്പോൾ അവൾ സോഫയിൽ എഴുന്നേറ്റിരുന്നു. അവിടെങ്ങും കാണാനില്ല, കിടപ്പുമുറിയിലുണ്ടാവും എന്ന പ്രതീക്ഷയിൽ അങ്ങോട്ടുചെന്നു. അവിടെയും ഇല്ല. ബാത്ത് റൂമിലും വരാന്തയിലും മുറ്റത്തുമൊക്കെ തിരഞ്ഞു. എവിടെയുമില്ല. ഇളംതിണ്ണയിൽ ഊരിയിട്ടിരുന്ന ചെരിപ്പും കാണാനില്ല. ടീപ്പോയിൽ അയാളുടെ സന്തത സഹചാരിയായ തോൾസഞ്ചി ഇരിപ്പുണ്ട്. അപ്പോൾ ദൂരേയ്ക്കെങ്ങും പോയതാകാൻ വഴിയില്ല. ഒന്നുകിൽ രാവിലെ ബാറുതുറപ്പിക്കാൻ അല്ലെങ്കിൽ ഏതെങ്കിലും കൂട്ടുകാരുടെ അടുത്തേയ്ക്ക്. ഇന്നലെ വൈൻബോട്ടിൽ വീണു പൊട്ടിയപ്പോൾ മുതലുള്ള അസ്വസ്ഥതയാണ്. പോയിട്ടുവരട്ടെ ഇന്നു രണ്ടെണ്ണം പറയണം. അവൾ മനസ്സിൽ തീരുമാനമെടുത്തു.

മേശപ്പുറത്തിരുന്ന മൊബൈൽ വീണ്ടും ശബ്ദിച്ചു. "നാശം ആരാണിത്ര രാവിലെ?" അവൾ സ്വയം ശപിച്ചുകൊണ്ടു ഫോൺ കയ്യിലെടുത്തു.

"ടീച്ചർ അത്യാവശ്യമായി ഹോസ്പിറ്റൽവരെ എത്തണം. ബാക്കി വന്നിട്ടുപറയാം."

മറുവശത്ത് ഡോ. നന്ദഗോപനായിരുന്നു. സെന്റ് ജോൺസ് ഹോസ്പിറ്റലിലെ കാർഡിയാക് വിഭാഗം തലവനാണ് തൃശ്ശൂർ കാരനായ നന്ദഗോപൻ. ഇടയ്ക്കിടെ എത്തി നോക്കുന്ന ബി.പി, ഷുഗർ, നേരിയ ചെസ്റ്റ് പെയ്ൻ എന്നിവയ്ക്കൊക്കെ ഡോ. നന്ദഗോപന്റെ ചികിത്സയിലായിരുന്നു അവൾ.

എന്തിനായിരിക്കും ഡോക്ടർ വിളിപ്പിച്ചതെന്നോർത്തപ്പോൾ അവളുടെ ഉള്ളിൽ ആശങ്കകൾ പെരുകി. അവൾ ആദ്യം അയാളെക്കുറിച്ചാണോർത്തത്. പെട്ടെന്നു ദേഹത്തിന് ഒരു തളർച്ചപോലെ തോന്നി. ഇല്ലാത്തതെല്ലാം ആലോചിച്ചുകൂട്ടി വേവലാതിപ്പെടുന്ന സ്വഭാവമായിരുന്നു മാലിനിയുടേത്.

അവൾ ഉടൻതന്നെ സെക്യൂരിറ്റിയിലുള്ള കൃഷ്ണനെ വിളിച്ചു. ഹോസ്പിറ്റലിൽ പോകണം എന്നുപറഞ്ഞു. അത്യാവശ്യയാത്രകൾക്ക് ചിലപ്പോഴൊക്കെ ഡ്രൈവറായി കൃഷ്ണനെ കൂട്ടാറുണ്ട്.

അവൾ കുളിച്ചുവസ്ത്രം മാറി വരാന്തയിലെത്തുമ്പോഴേക്കും കൃഷ്ണൻ റെഡിയായി നിന്നിരുന്നു. വണ്ടിയുടെ താക്കോൽ കയ്യിൽ വാങ്ങിച്ചുകൊണ്ടയാൾ ചോദിച്ചു:

"എന്താ മാം? സഹായത്തിന് മറ്റാരെയെങ്കിലുംകൂടി വിളിക്കണോ?"

"വേണ്ട കൃഷ്ണാ, അത്യാവശ്യമായി ഹോസ്പിറ്റൽ വരെ എത്തണം എന്നു പറഞ്ഞ് ഡോക്ടർ വിളിച്ചിരുന്നു. അതാ..."

കൃഷ്ണൻ വണ്ടിയിറക്കി, ഹൗസിംഗ് കോളനിയിൽനിന്നും അധികം ദൂരം ഇല്ലാത്തതിനാൽ അവർ പെട്ടെന്നുതന്നെ ഹോസ്പിറ്റലിലെത്തി. ഏകദേശം നൂറ് ഏക്കറിലായി വ്യാപിച്ചുകിടക്കുന്ന ഹോസ്പിറ്റൽ ക്രിസ്ത്യൻ മനേജ്മെന്റിന്റേതാണ്. അതിനാൽ ഭൂരിഭാഗം ജോലിക്കാരും മലയാളികളാണ്.

പതിനാലു നിലകളുള്ള കൂറ്റൻ ആശുപത്രിമന്ദിരത്തിനുമുന്നിൽ വണ്ടിയിറങ്ങുമ്പോൾ അവൾ പ്രാർത്ഥിക്കുന്നുണ്ടായിരുന്നു.

'ഈശ്വരാ, അരുതാത്തതൊന്നും ആവരുതേ' എന്ന്.

അഞ്ചാം നിലയിലുള്ള കാർഡിയാക് ഐസിയുവിന്റെ ലിഫ്റ്റിനുമുന്നിൽ നല്ല തിരക്കായിരുന്നു. കാത്തുനിൽക്കാൻ അവളുടെ മനസ്സ് സമ്മതിച്ചില്ല. മുകളിലേയ്ക്കുള്ള പടിക്കെട്ടുകൾ അവൾ നടന്നുകയറി. അഴിക്കുന്തോറും മുറുകുന്ന കുരുക്കുകൾ പോലുള്ള പിരിയൻ ഗോവണി അവൾക്കുമുന്നിൽ അവസാനമില്ലാതെ നീണ്ടുകിടന്നു. ഒരിയ്ക്കലും എത്തിപ്പിടിക്കാനാവാത്ത ദൂരത്തിലാണ് തന്റെ ലക്ഷ്യമെന്ന് അവൾക്കുതോന്നി.

ഒരു വിധത്തിൽ, കിതച്ചും തളർന്നും മാലിനി പടിക്കെട്ടുകൾ കയറി അഞ്ചാംനിലയിലെത്തി. ഭാഗ്യത്തിന് ഡോക്ടർ മുറിയിൽത്തന്നെ ഉണ്ടായിരുന്നു. ഡോക്ടറുടെ മുന്നിലുള്ള കസേരയിലേയ്ക്കവൾ തളർച്ചയോടെ ഇരുന്നു. ശീതീകരിച്ച മുറിയ്ക്കുള്ളിലായിരുന്നിട്ടും അവളുടെ മൂക്കിൻ തുമ്പത്ത് വിയർപ്പുചാലുകളൊഴുകി. കിതപ്പ് ഒന്നൊതുങ്ങുംവരെ നന്ദഗോപൻ കാത്തിരുന്നു.

പിന്നെ, മേശപ്പുറത്തു നിന്നും ഒരുഫോട്ടോഗ്രാഫ് കയ്യിലെടുത്ത് മാലിനിയ്ക്കുനേരേ പിടിച്ചുകൊണ്ടുപറഞ്ഞു.

"ഇത് ഇന്നലെ രാത്രിയിൽ ഇവിടെ അഡ്മിറ്റാക്കിയ രോഗിയുടെ പഴ്സിൽ നിന്നും കിട്ടിയതാ... ടീച്ചറേയും ഒപ്പം കണ്ടതുകൊണ്ടാ വിളിപ്പിച്ചത്..."

അവൾ നേരിയ വിറയലോടെ ആ ഫോട്ടോഗ്രാഫ് കയ്യിൽ വാങ്ങി. ആദികൈലാസത്തിലെ മഞ്ഞണിഞ്ഞ മലനിരകളുടെ പശ്ചാത്തലത്തിൽ

അയാളോടൊപ്പം മാലിനിയും നിൽക്കുന്ന ചിത്രമായിരുന്നു അത്.

അവൾ പരിഭ്രമത്തോടും, വേവലാതിയോടും കൂടി ഡോക്ടറെ നോക്കി. അയാൾക്കെന്തു സംഭവിച്ചു എന്നറിയാനുള്ള ആകാംഷയായിരുന്നു ഉള്ളിൽ.

ഡോക്ടർക്ക് അവളുടെ ആകാംഷയുടെ അർഥം മനസ്സിലായി.

"സോറി ടീച്ചർ, ഇവിടെ എത്തുമ്പോൾ നേരിയ ഹൃദയമിടിപ്പുമാത്രമേ ഉണ്ടായിരുന്നുള്ളൂ എന്നാണ് ഡ്യൂട്ടി ഡോക്ടർ പറഞ്ഞത്. വെന്റിലേറ്റർ ഉൾപ്പെടെ എല്ലാമാർഗ്ഗങ്ങളും നോക്കി. പക്ഷേ.."

ഒരു മഞ്ഞുമല ഇടിഞ്ഞ് ഹൃദയത്തിലേയ്ക്കു വീണതുപോലെ മാലിനിയ്ക്കുതോന്നി. അവളുടെ നിശ്വാസങ്ങളുടെ താളം തെറ്റി. കാഴ്ചകളെ ഇരുട്ട് വിഴുങ്ങി. കണ്ണുകൾ മെല്ലെ അടഞ്ഞു.

ബോധം തിരിച്ചുകിട്ടിയപ്പോൾ ഡോക്ടറുടെ ഒബ്സർവേഷൻ റൂമിലായിരുന്നു മാലിനി. കൈഞരമ്പുകളിലേയ്ക്ക് തുള്ളിതുള്ളിയായ് സലൈൻട്രിപ്പ് കയറുന്നുണ്ട്. ബി.പി അപ്പാരറ്റ്സിൽ രസനിരപ്പുയരുന്നത് ശ്രദ്ധിച്ചുനിന്ന ഡോക്ടർ തോളിൽ തട്ടി ആശ്വസിപ്പിച്ചുകൊണ്ടുപറഞ്ഞു.

"പേടിക്കേണ്ട ടീച്ചർ, ബി.പി. അല്പം ലോ ആയതാ'

ടെൻഷൻ ഒഴിവാക്കുക."

അവൾ വെറുതെ ഒന്നു ചിരിച്ചു എന്നുവരുത്തി തലയിണയിലേയ്ക്ക് ചാരിയിരുന്നുകൊണ്ടു പറഞ്ഞു.

"എനിക്ക് ഒന്നുമില്ല, ഡോക്ടർ. നൗ അയാം ഒ.കെ."

അല്പംനേരം നിശ്ശബ്ദമായിരുന്നതിനുശേഷം, തന്റെ ഫോണിൽ നിന്ന് ഒരു നമ്പർ കാണിച്ചുകൊണ്ട് ഡോക്ടറോടു റിക്വസ്റ്റ് ചെയ്തു.

"പ്ലീസ് ഡോക്ടർ, ഈ നമ്പറിൽ വിളിച്ച് ഒന്നു വിവരം പറയുമോ?"

നന്ദഗോപൻ അവളുടെ കയ്യിൽനിന്നും ഫോൺ വാങ്ങി അതിലെ പേര് ശ്രദ്ധിച്ചു.!

"ടീച്ചർ, ആരാണീ അരുന്ധതി.?"

ഒരു നിമിഷം ഡോക്ടറോടെന്തുപറയും എന്നറിയാതെ അവളൊന്നുപതറി. പിന്നെ ഒരു രഹസ്യം പങ്കുവയ്ക്കും പോലെ ഒച്ചതാഴ്ത്തിപറഞ്ഞു:

"ഭാര്യ..!"

അതുപറയുമ്പോൾ മാലിനിയിലുണ്ടായ ഭാവഭേദങ്ങളിലായിരുന്നു ഡോക്ടറുടെ ശ്രദ്ധ. എന്തോ വലിയ ഒരു അന്തസംഘർഷം അവരനുഭവിക്കുന്നതായി നന്ദഗോപനു തോന്നി. അതുകൊണ്ടുതന്നെ "അപ്പോൾ ടീച്ചറുടെ ആരാ?"എന്ന ചോദ്യം അയാൾ ചോദിച്ചില്ല.

അപ്പോഴേയ്ക്കും ഫോണിന്റെ മറുതലയ്ക്കൽ ബല്ലുമുഴങ്ങി. പക്ഷേ, പെട്ടെന്നു തന്നെ അതു കട്ടാവുകയും ചെയ്തു.

"ഒരുപക്ഷേ, എന്റെ ഫോണിൽ നിന്നായതുകൊണ്ടാവാം."

അവൾ നിരാശപ്പെട്ടു.

"വിരോധമില്ലെങ്കിൽ, ഡോക്ടറുടെ ഫോണിൽ നിന്നും...?"

നന്ദഗോപനോട് അങ്ങനെ പറയാനുള്ള സ്വാതന്ത്ര്യം ഉണ്ടെങ്കിലും ഡോക്ടർ എന്തുവിചാരിക്കും എന്നു മനസ്സിലോർത്തു.

ഡോക്ടർ, തന്റെ ഫോണിലേയ്ക്ക് അരുന്ധതിയുടെ നമ്പർ ഫീഡ് ചെയ്ത ശേഷം ഡയൽ ചെയ്തു നോക്കി. ഫലം പഴയതുതന്നെ.

"എന്തെങ്കിലും തിരക്കിലായിരിക്കും, സാരമില്ല, നമുക്ക് ട്രൈ ചെയ്യാം"

നന്ദഗോപൻ അവളെ ആശ്വസിപ്പിച്ചു.

"അപ്പോൾ, വേണ്ടപ്പെട്ടവർ എത്തും വരെ നമുക്ക് ബോഡി മോർച്ചറിയിലേക്കുമാറ്റാം. അല്ലേ ടീച്ചർ...?"

ഡോക്ടർ മാലിനിയെ ആശുപത്രിയുടെ ഫോർമാലിറ്റീസ് ഓർമ്മിപ്പിച്ചു.

ഇടനെഞ്ചിലുയർന്ന വീർപ്പുമുട്ടൽ മറച്ചുപിടിച്ച് അവൾ സമ്മതം മൂളി.

അവളകപ്പെട്ടിരിക്കുന്ന നിസ്സഹായതയുടെ ആഴം മനസ്സിലാക്കിയിട്ടെന്നപോലെ പിന്നീടൊന്നും ചോദിക്കാനും പറയാനും നിൽക്കാതെ ഡോക്ടർ മുറിക്കുപുറത്തേയ്ക്കു നടന്നു.

മുറിയിൽ ഒറ്റയ്ക്കായപ്പോൾ മാലിനി അയാൾ പറഞ്ഞതോർത്തു.

"മാലൂ, എന്നെ മോർച്ചറിയിൽ വയ്ക്കരുത്.

ഞാൻ തണുത്ത് മരവിച്ചുചാവും!"

അയാൾ മോർച്ചറിയിൽ എങ്ങനെ കിടക്കും എന്നോർത്തപ്പോൾ അവൾക്കു കരച്ചിൽ വന്നു. ഒട്ടും തണുപ്പേൽക്കാൻ പറ്റാത്ത ശരീരമാണ്. ഹിമാലയൻ യാത്രകഴിഞ്ഞു വന്നപ്പോൾ അതു മനസ്സിലായതാണ്.

കഴുത്തു മൂടുന്ന ടീഷർട്ടും, അതിനുമീതെ പരുത്തി കൊണ്ടുള്ള ജുബ്ബായും അതിനുമുകളിൽ ജാക്കറ്റുമാണ് ധരിക്കുന്നത്. 'ഇതെന്താ ഊട്ടിയോ കുളുമണാലിയോ എന്നു കളിയാക്കുന്നവരെ ചിരിച്ചൊഴിവാക്കിയിരുന്ന അവൻ ഒരു ദിവസം അവളോടാ ദു:ഖം പങ്കുവച്ചു.

"മാലൂ... മാറ്റിയുടുക്കാൻ വസ്ത്രമില്ലാതെ, ഒറ്റമുണ്ടും തെരുവിൽ കിട്ടുന്ന സെക്കന്റ്സ് ഷർട്ടുമിട്ട് കുറേക്കാലം ജീവിച്ചവനാണു ഞാൻ. അത്രയ്ക്കുണ്ടായിരുന്നു ജീവിതത്തിന്റെ പ്രാരാബ്ധം. പക്ഷേ, ഇന്നിപ്പോൾ ഈ അംഗവസ്ത്രങ്ങളാണ് എന്റെ അടയാളം. ഞാൻ മരിച്ചാലും ഈ മേലുടുപ്പുകൾ എന്നിൽ നിന്നും അഴിച്ചുമാറ്റരുത്. എന്റെ ശരീരത്തിന്റെയും മനസ്സിന്റെയും നഗ്നതയെ വെള്ള പുതപ്പിച്ചുവിശുദ്ധമാക്കരുത്. ഞാനനുഭവിച്ച വേദനകൾക്ക് ഈ മുഷിഞ്ഞു നാറിയമേലുടുപ്പുകൾ മതി."

അവന്റെ പതിവുതമാശകളായ് കണ്ടുചിരിച്ചു തള്ളിയതത്രയും കണ്ണുനിറയ്ക്കുന്ന യാഥാർഥ്യങ്ങളായ് വന്നു മുന്നിൽ നിന്നപ്പോൾ അവൾ തളർന്നുപോയി.

ഡോക്ടർ പുറത്തേയ്ക്കു പോയിട്ട് ഇനിയും തിരിച്ചെത്തിയിട്ടില്ല. ഒരു പക്ഷേ, മോർച്ചറിയിലേക്കു മാറ്റുന്ന നടപടികൾ പൂർത്തിയായിക്കാണില്ല. അവിടേയ്ക്കുമാറ്റും മുൻപ് ഒന്നു കാണാമായിരുന്നു. പക്ഷേ, മനസ്സനുവദിച്ചില്ല. ഇന്നലെ രാത്രി മുഴുവൻ ആതോളിൽ തലചായ്ച്ചല്ലേ ഞാനുറങ്ങിയത് എന്നോർത്തപ്പോൾ, അറിയാതെ മാലിനിയുടെ കണ്ണുകൾ നിറഞ്ഞു.

അരുന്ധതിയുടെ കാര്യമോർത്തപ്പോൾ അവളുടെ ഉള്ളിൽ ആശങ്കകൾ പിന്നെയും പെരുകിവന്നു.

അരുന്ധതിയെ നന്ദഗോപൻ ഫോണിൽ ബന്ധപ്പെട്ടിട്ടുണ്ടോ?

കിട്ടിയോ? എപ്പോഴെത്തും എന്നൊന്നും നിശ്ചയമില്ല.

എത്രപിണങ്ങിയിരുന്നാലും, ഇത്തരം ഒരു സാഹചര്യത്തിൽ വരാതിരിയ്ക്കാനാവില്ലല്ലോ? അരുന്ധതിവരുമ്പോൾ തന്നെ ഇവിടെ കണ്ടാൽ...

ഓർത്തപ്പോൾ അവൾക്ക് ഒരെത്തും പിടിയും കിട്ടിയില്ല. ആരുന്ധതിയെ മുൻപേ പരിചയമുണ്ടെങ്കിലും, വിവാഹശേഷം കണ്ടിട്ടേയില്ല.

അരുന്ധതി എന്നല്ല, മറ്റേതു പെണ്ണായിരുന്നാലും വിവാഹശേഷം അയാളോടൊപ്പം കണ്ടുമുട്ടുമ്പോൾ എന്റെ മനസ്സിലുണ്ടാകുന്ന വികാരം എന്തായിരിക്കും എന്നു പറയാനാവില്ല. പകയോ ദേഷ്യമോ, സ്നേഹമോ ആദരവോ എന്നു നിർവ്വചിക്കുക വയ്യ അതുകൊണ്ടുതന്നെ അങ്ങനെ ഒരു സന്ദർഭം ഉണ്ടാവരുതേ എന്ന പ്രാർത്ഥനയായിരുന്നു ഇതുവരെ.

പക്ഷേ, ഇന്നിപ്പോൾ അയാളുടെ അന്ത്യയാത്രയ്ക്കായിട്ടാണെങ്കിലും അങ്ങനെ ഒരു സന്ദർഭം ഉണ്ടായിരിക്കുന്നു. എങ്കിലും, ഏതു കോണിൽ നിന്നു നോക്കിയാലും എന്നേക്കാൾ അവകാശം അരുന്ധതിക്കു തന്നെയാണ്. അതുകൊണ്ട് കളമൊഴിഞ്ഞു കൊടുക്കേണ്ടത് ഞാൻ തന്നെ.

മനസ്സിലുണ്ടായ ഒരുപാടുപൊട്ടിത്തെറികൾക്കുശേഷം അവൾ അങ്ങനെയൊരു ഉറച്ച തീരുമാനമെടുത്തു.

റൂമിലേയ്ക്കെത്തിയ ഡോക്ടർ നന്ദഗോപനോട് മാലിനി തന്റെ ആവശ്യമറിയിച്ചു.

"ഡോക്ടർ, എനിയ്ക്കുടനെ വീട്ടിലേയ്ക്ക് പോകണം"

അവൾ പറഞ്ഞതിന്റെ പൊരുൾ ഡോക്ടർക്ക് പിടികിട്ടിയില്ല.

"പ്ലീസ്... ടീച്ചർ, ഇപ്പോൾ റസ്റ്റാണാവശ്യം. ബിപിയിൽ വേരിയേഷൻ കാണുന്നുണ്ട്. കുറച്ചുസമയം കൂടി ഒബ്സർവേഷനിൽ തുടർന്നേ പറ്റൂ..."

നന്ദഗോപന്റെ തീരുമാനം ഉറച്ചതാണെന്നു തിരിച്ചറിഞ്ഞപ്പോൾ അവൾ കാര്യം തുറന്നുപറഞ്ഞു.

"ഡോക്ടർ ഞാൻ പറയുന്നത് മനസ്സിലാക്കണം. നന്ദഗോപൻ വിചാരിക്കുന്നതു പോലെയല്ല കാര്യങ്ങൾ. അരുന്ധതി വരുമ്പോൾ ഞാനിവിടെ ഉണ്ടാവാൻ പാടില്ല..."

മാലിനിയുടെ സ്വരം കരച്ചിലിന്റെ വക്കോളമെത്തിയിരുന്നു.

പക്ഷേ, ഡോക്ടറുടെ മറുപടി നിസ്സംഗമായിരുന്നു.

"അതിന് അരുന്ധതി വന്നെങ്കിലല്ലേ?"

"വരും വരാതിരിയ്ക്കാൻ അവൾക്കാവില്ല, അരുന്ധതി അയാളുടെ ഭാര്യയാണ്. മറ്റാരേയുംകാൾ അയാളെ സ്നേഹിക്കുകയും, പരിചരിക്കുകയും ചെയ്തവൾ. അവൾക്കു വരാതിരിക്കാനാവില്ല ഡോക്ടർ."

മാലിനി തീർത്തുപറഞ്ഞു.

ഡോക്ടർ സ്റ്റെത്തുപയോഗിച്ച് അവളുടെ ഹൃദയമിടിപ്പിന്റെ താളം അളന്നു.

"നന്ദൂ-അരുന്ധതിയെവിളിച്ചില്ലേ?"

അവൾക്ക് വേവലാതിയായി.

"വിളിച്ചിരുന്നു. ഫോണെടുക്കുകയും ചെയ്തു."

മാലിനിക്ക് ഉദ്വേഗം അടക്കാനായില്ല.

"എന്നിട്ട് ...എന്നിട്ടെന്തുപറഞ്ഞു? പുറപ്പെട്ടില്ലേ..?

എപ്പോഴെത്തും..?"

മാലിനി വല്ലാതെ അസ്വസ്ഥയായി.

"അവർക്കുകാണാൻ താൽപ്പര്യമില്ല. അതുകൊണ്ട് വരാൻ കാത്തിരിക്കേണ്ടതില്ലെന്നു പറഞ്ഞു."പ്രത്യേകിച്ച് ഒന്നും സംഭവിക്കാത്തതുപോലെയായിരുന്നു ഡോക്ടറുടെ ഉത്തരം.

ഇടിവെട്ടേറ്റ ഒറ്റമരം പോലെ മാലിനി രണ്ടായ് പിളർന്നു. മല മുകളിൽ നിന്നും താഴേയ്ക്കു പതിക്കുന്ന വെള്ളച്ചാട്ടം പോലെ അവളുടെ മനസ്സ് ചിതറിത്തെറിച്ചു...

മാലിനി അകപ്പെട്ടുപോയ അഗാധഗർത്തത്തിൽ നിന്നും പുറത്തു കടക്കാനുള്ള വഴികളെക്കുറിച്ചാലോചിച്ചു.

എങ്കിലും, അരുന്ധതിയുടെ ഭാഗത്തുനിന്നും അത്തരമൊരുനീക്കം അവൾ പ്രതീക്ഷിച്ചതേയല്ല.

മതി-ഇനി ആർക്കും ഞാനവനെ വിട്ടുകൊടുക്കില്ല. കാർമ്മബന്ധങ്ങളെക്കാൾ വലുതാണല്ലോ രക്തബന്ധം. എത്രയായാലും അതിന്റെ കണ്ണികളെ ദുർബ്ബലമാക്കാൻ ആർക്കും കഴിയില്ലല്ലോ?

മാലിനിഫോണെടുത്ത് അഖിലിനെവിളിക്കാൻ ശ്രമിച്ചു. രാവിലെ തന്നെ അവനെ വിളിച്ചുകാര്യംപറഞ്ഞതാണ്. ഉമയെ നേരിട്ടുവിളിച്ചില്ല. അവൾ പ്രെഗ്നന്റായിട്ടിരിക്കുകയാണ്. ഒരുപക്ഷേ, അവൾക്കീ വാർത്ത താങ്ങാൻ കഴിഞ്ഞില്ലങ്കിലോ എന്നഭയം കൊണ്ടായിരുന്നു.

എന്തുപറ്റി എന്നറിയില്ല, അഖിലിന്റെ ഫോൺ കണക്ടാവുന്നില്ല. ഇനിയും ആ മോർച്ചറിയിൽ അയാളെ ഒറ്റയ്ക്കുകിടത്താനാവില്ല. ഉമയെ നേരിട്ടുവിളിച്ചുപറയുകതന്നെ.

അവൾ ഉമയുടെ ഫോണിലേയ്ക്കു ഡയൽ ചെയ്തു. അപ്പുറത്ത് ഉമഫോണെടുത്തു.

"അഖിൽ ഒന്നും പറഞ്ഞില്ലേ മോളേ, നിങ്ങൾ എപ്പഴാ പുറപ്പെടുക?"

"അമ്മാ... ഈ സമയത്ത് യാത്രപാടില്ലെന്നാണ് ഡോക്ടർ പറഞ്ഞത്" ഉമ നിസ്സഹായത പ്രകടിപ്പിച്ചു.

"മോളേ അതീസമയത്ത് എല്ലാ ഡോക്ടർമാരും പറയുന്നതാ. നിങ്ങൾ ഫ്ളൈറ്റിനുവന്നാമതി. പോരാത്തതിന് ഇവിടെയും നല്ല ഹോസ്പിറ്റലുകൾ ഉള്ളതല്ലേ?"

മാലിനി അവളോടുദേഷ്യപ്പെട്ടു.

"ഞാനെന്തു ചെയ്യാനാ മമ്മാ അഖിൽ സമ്മതിക്കുന്നില്ല."

ഉമ ഒഴിഞ്ഞുമാറാൻ നോക്കി.

"ഉമാ നീ അതുപറയരുത്. അഖിലിന്റെ താൽപ്പര്യമല്ലല്ലോ, നിന്റെ താൽപ്പര്യമാണു പ്രധാനം. നിന്റെ ഒരിഷ്ടത്തിനും ഞാനിതുവരെ എതിരുനിന്നിട്ടില്ല. ഇതെന്റെ റിക്വസ്റ്റാണ്. ഇനി ഞാൻ മരിച്ചാൽ പോലും നീവരണമെന്നില്ല. പക്ഷേ, ഇപ്പോൾ..."

മാലിനിയ്ക്കു മുഴുവൻ പൂർത്തിയാക്കാൻ കഴിഞ്ഞില്ല. ജന്മബന്ധത്തെ ക്കാൾ വലുതല്ലല്ലോ കർമ്മബന്ധം. സ്വന്തം ചോരയുടെ വിളി അവൾക്കവ ഗണിക്കാനാവുമോ? മറുവശത്ത് ഉമയുടെ മൗനം മാലിനിയെ ഭയപ്പെടുത്തി.

"ഉമാ നീഎന്തെങ്കിലും പറ..."

ഇത്തവണ ദേഷ്യംവന്നത് ഉമയ്ക്കാണ്.

"എനിയ്ക്കു മനസ്സിലാവാത്തത്, മമ്മാ എന്തിനാ ഇങ്ങനെ നെർവസ്സാകു ന്നതെന്നാ..!"

അവളുടെ സ്വരം പരുഷമായിരുന്നു.

"ഉമാ.. അതുനിന്നെ പറഞ്ഞുബോധ്യപ്പെടുത്താനുള്ള സമയമല്ലിത്. എനിയ്ക്കിപ്പോഴറിയേണ്ടത് നീവരുന്നോ ഇല്ലയോ എന്നുമാത്രമാ...

ഉമാ.. ഒന്നുമല്ലെങ്കിലും, നിന്റെ വിവാഹം പോലും ഒരു അച്ഛന്റെ സ്ഥാ നത്തുനിന്ന്..."

മാലിനിയെ പറഞ്ഞുപൂർത്തിയാക്കാൻ ഉമ അനുവദിച്ചില്ല.

"അച്ഛന്റെ സ്ഥാനത്തു നിന്നു എന്നല്ലേ ഉള്ളൂ. അച്ഛനൊന്നുമല്ലല്ലോ..?"

ഭൂമിരണ്ടായ് പിളർന്ന് അതിലേയ്ക്ക് അന്തർദ്ദാനം ചെയ്തിരുന്നെങ്കിൽ എന്നവൾ ആഗ്രഹിച്ചുപോയി.

മാലിനിയുടെ കയ്യിൽ നിന്നും ഫോൺ താഴെ വീണു ചിതറി.

ചിരിയ്ക്കണോ കരയണോ എന്നവൾക്ക് നിശ്ചയമുണ്ടായിരുന്നില്ല.

ഈ ഭൂമിയുമായി അയാൾക്കുണ്ടെന്നു കരുതിയിരുന്ന അവസാനത്തെ ബന്ധവും അറ്റുപോയിരിക്കുന്നു.

"മാലൂ... കോടാനുകോടി മനുഷ്യർ അധിവസിക്കുന്ന ഈ ഭൂമിയിൽ, എന്നെ മാത്രം തെരഞ്ഞു പിടിച്ചുശിക്ഷിക്കാൻ നിന്റെ ദൈവത്തോട് ഞാനെന്തു തെറ്റാണ് ചെയ്തത്?.."

ഒരിയ്ക്കൽ അയാൾ ചോദിച്ച ചോദ്യം അവളുടെ കാതിൽ മുഴങ്ങി.

മാലിനിയ്ക്ക് ഉത്തരംമുട്ടി.

17

സമചതുരങ്ങൾ

മോർച്ചറിയിൽ നിന്നും ഡെഡ്ബോഡി ശ്മശാനത്തിലേയ്ക്ക് എടുക്കുമ്പോൾ മാലിനിയെ കൂടാതെ ഡ്രൈവർ കൃഷ്ണനും ബോഡി ചുമക്കാനും മറ്റുമായ് കൃഷ്ണൻ വിളിച്ചുവരുത്തിയ മൂന്നാലു കൂലിക്കാരും മാത്രമേ ഉണ്ടായിരുന്നുള്ളൂ.

ഹോസിപിറ്റലിലെ ഫോർമാലിറ്റീസ് ഒക്കെ നന്ദഗോപൻ ക്ലിയർ ചെയ്തിരുന്നു. ഡോക്ടർ കൊണ്ടുവന്ന പേപ്പറുകളിലെല്ലാം മാലിനി ഒപ്പിട്ടു കൊടുത്തു. ഭാര്യയുടെ കോളത്തിനുനേരെ മാലിനി എന്ന് പൂരിപ്പിക്കാൻ അവൾക്കൊട്ടും ആലോചിക്കേണ്ടിവന്നില്ല. ബാല്യകാലത്ത് തമാശയ്ക്കാണെങ്കിൽകൂടി കൂട്ടുകാരും നാട്ടുകാരും പറഞ്ഞുറപ്പിച്ചതാണ്. അതിങ്ങനെ യാഥാർത്ഥ്യമാകാനായിരിക്കും വിധി എന്നവൾ സമാധാനിച്ചു.

ഒടുവിൽ അങ്ങനെയെങ്കിലും ഒപ്പം നിൽക്കാൻ കഴിഞ്ഞല്ലോ. ചുറ്റും സൗഹൃദവലയങ്ങളില്ലാതെ ഒരു നേരം പോലും കണ്ടിട്ടില്ലാത്ത ആളാണ്. എന്നും ആൾക്കൂട്ടങ്ങൾക്കിടയിലായിരുന്നു ജീവിതം. ഒരിടത്തുനിന്നും മറ്റൊരിടത്തേയ്ക്ക് ഓരോ ആവശ്യങ്ങൾക്കായി വിളിച്ചവർക്കൊക്കെ പിന്നാലെ ഇറങ്ങിത്തിരിച്ചു. ആവശ്യം കഴിഞ്ഞപ്പോൾ വഴിയിലുപേക്ഷിച്ചു. ചോദ്യം ചെയ്തപ്പോൾ അഹങ്കാരി എന്ന് മുദ്ര കുത്തി. ജീവിക്കാനറിയാത്തവൻ എന്ന് പരിഹസിച്ച് ഒറ്റപ്പെടുത്തി. ഞാനുൾപ്പെടെ.

മരണക്കിടക്കയിലും താൻ സ്നേഹിക്കുന്നവരൊക്കെ ഒപ്പമുണ്ടാവണമെന്ന് ഒരു കാലത്ത് ശാഠ്യം പിടിച്ചിരുന്നു. ആരും കരയരുത് പൊട്ടിച്ചിരിച്ചും പാട്ടുപാടിയും വേണം എന്നെ യാത്രയയയ്ക്കാൻ എന്ന് ഒസ്യത്തെഴുതിയവൻ. ഒടുവിൽ ഈ അന്ത്യനിമിഷങ്ങളിൽ പട്ടടവരെയെങ്കിലും അനുഗമിക്കാൻ ആരുമുണ്ടായില്ല. അറിയാവുന്ന സുഹൃത്തുക്കളെയെല്ലാം ഫോണിൽ വിളിച്ചിരുന്നു. ചിലർ സ്ഥലത്തില്ല, ചിലർക്ക് തിരക്ക് മറ്റ് ചിലർക്ക് യാത്രാദൂരം

അങ്ങനെ ഓരോരോ കാരണങ്ങൾ പറഞ്ഞ് എല്ലാവരും ഒഴിവായി.

എല്ലാം മുൻകൂട്ടി കണ്ടതുകൊണ്ടാവണം ബന്ധങ്ങളുടെയെല്ലാം വേരറുത്ത് ഇവിടേക്ക് യാത്ര തിരിച്ചത്. ആരും അറിയാത്ത ഒരു വിട വാങ്ങൽ എന്നയാൾ തീരുമാനിച്ചിരിക്കണം.

അതാണ് അപരിചിതവും വിദൂരവുമായ ഈ നഗരത്തിൽ, ആരുമറിയാത്ത ഒരു പൊതുശ്മശാനത്തിൽ, തികച്ചും അനാഥശവമായി.......

പൊതുശ്മശാനം മതി എന്നത് അയാളുടെ തീരുമാനമായിരുന്നു. ആശുപത്രിയിൽ നിന്നും പുറന്തള്ളി നഗരത്തിലെ ഒറ്റ മുറി വാടകവീട്ടിൽ മരണം കാത്തുകിടക്കുമ്പോൾ ക്ഷേമാന്വേഷണത്തിനെത്തിയ സുഹൃത്ത് പറഞ്ഞ കാര്യം അയാൾ മാലിനിയോട് പങ്കുവച്ചിരുന്നു.

"അവസാനത്തെ ചടങ്ങുകൾ എങ്ങനെയെന്ന് ഇപ്പോഴെങ്കിലും പറയണം. എന്തെങ്കിലും ആചാരപ്രകാരം അടക്കണമെന്ന് ഇപ്പോഴെങ്കിലും തോന്നുന്നുണ്ടോ? ആത്മാവ് ഗതി കിട്ടാതെ അലയാതിരിക്കണമെങ്കിൽ

പിടിവാശി ഉപേക്ഷിക്കുന്നതാണ് നന്ന്." അതായിരുന്നു സുഹൃത്തിന്റെ ഉപദേശം.

അയാൾ തളർച്ചയിലും ഒരു വിടർന്ന ചിരിയോടെയാണത്

അവളോടു പറഞ്ഞത്.

"കൂട്ടുകാരൻ പറഞ്ഞതു ശരിയല്ലേ മാലൂ....... പക്ഷേ, കാലുകുത്താൻ പോലും ഭൂമിയില്ലാത്ത എനിക്ക് ആരൊരിടം തരും? ചെകുത്താന്റെ ബൈബിൾ വായിച്ചു വളർന്നവന് ഏതു സെമിത്തേരിയിൽ കുരിശു പണിയും? ആരുടേയും മുന്നിൽ ശിരസ്സ് കുനിയ്ക്കാത്തവന് ആറടി മണ്ണും ആചാരങ്ങളും നിഷേധിക്കപ്പെടും.

അതുകൊണ്ട് ഭൂമിയിൽ എന്നെ നട്ടുവയ്ക്കുണ്ട മണ്ണ് മലിനമാകും. ചന്ദന മുട്ടിയൊരുക്കി അഗ്നിയെ അപമാനിക്കരുത്. കടലിലൊഴുക്കി ജലത്തിന്റെ പുണ്യം കളയരുത്.

ഏതെങ്കിലും ഒരു പൊതുശ്മശാനത്തിൽ തീരെ കുറഞ്ഞ വോൾട്ടേജിൽ അല്പം വൈദ്യുതി മതി ചെറുകാറ്റടിച്ചാൽ പറന്നുപോവുന്ന ഈ ശരീരം എരിഞ്ഞുതീരാൻ.... അതിനപ്പോൾ, ആരെങ്കിലുമുണ്ടാവും."

നിറഞ്ഞുവന്ന കണ്ണുകൾ അവൾ കാണാതെ തുടച്ചുകൊണ്ടാണയാൾ പറഞ്ഞുനിർത്തിയത്.

അവളുടെയും കണ്ണു നിറയുന്നത് കണ്ടപ്പോൾ അയാൾ പെട്ടെന്ന് വിഷയം മാറ്റി. വലിയ ഒരു തമാശപോലെ പറയും.

"മാലൂ ഡെഡ്ബോഡി പ്രസ്സ്ക്ലബ്ബിൽ പൊതുദർശനത്തിനുവയ്ക്കണം. മന്ത്രിമാർ, സാഹിത്യകാരൻമാർ, സാംസ്കാരികനായകർ, സുഹൃത്തുക്കൾ എല്ലാവരും റീത്തുവയ്ക്കട്ടെ, അനുശോചന മീറ്റിംഗിൽ കള്ളവച്ച നുണകൾ എഴുന്നള്ളിക്കട്ടെ.

ജീവിച്ചിരിക്കുമ്പോൾ ഒരു വരി എഴുതാത്ത മാധ്യമങ്ങൾ, മരണം ആഘോഷമാക്കും.

"പറ്റുമെങ്കിൽ പി.ആർ.ഡി യിലെ സുരേഷിനോട് പറഞ്ഞ് ഔദ്യോഗിക ബഹുമതിയും തരപ്പെടുത്തണം. ഏതു തെണ്ടിയ്ക്കും പറഞ്ഞിട്ടുള്ളതാണല്ലോ അത്? "

അയാളതു പറഞ്ഞു പൊട്ടിച്ചിരിക്കുമ്പോൾ നിറകണ്ണുകളോടെ അവളവന്റെ വായ്പൊത്തും.

"മതി, നിന്റെയൊരു തമാശ."

ഓർത്തപ്പോൾ അവൾക്ക് നെഞ്ച് പൊടിഞ്ഞു.

ഇതാ ഇന്നിപ്പോൾ ഒന്നുമറിയാതെ

ഈ ശ്മശാനത്തിലെ തണുത്ത നിലത്ത്

പൂക്കളും പൊട്ടിക്കരച്ചിലുമില്ലാതെ

ആൾക്കൂട്ടവും അന്ത്യചുംബനവുമില്ലാതെ

ആരോരുമില്ലാത്ത അനാഥശവമായി........

മാലിനി അയാളുടെ മൃതദേഹത്തിനടുത്ത് മുട്ടുകുത്തിയിരുന്നു. അവസാനമായി ആ മുഖം കണ്ടു. കൊടും വേനൽ താണ്ടിയതിന്റെ തിണർപ്പുകളൊ

ന്നും ഇപ്പോൾ ആ മുഖത്തില്ല. മഴ നനഞ്ഞ ഷഡ്പദത്തെപ്പോലെ കനിവൂറുന്ന ഒരു ആർദ്രത. ശാന്തവും സമ്പൂർണ്ണവുമായ നിത്യനിദ്ര.

അവളോട്, എന്തോ പറയാൻ ബാക്കി വച്ചതുപോലെ ചുണ്ടുകൾ അല്പം പിളർന്നിരിക്കുന്നു. മാലിനി ആ മുഖത്തേയ്ക്ക് മുഖമടുപ്പിച്ച് ചെവിയിൽ മന്ത്രിച്ചു.

"പറയാൻ ഒരു രഹസ്യം ഞാനും ബാക്കി വച്ചിട്ടുണ്ട്. അനന്തവിശാലമായ ഈ പ്രപഞ്ചത്തിലെ, മറ്റൊരു ദേശത്ത് മറ്റൊരു കാലത്ത് മറ്റൊരു നിമിഷത്തിൽ നാം വീണ്ടും കണ്ടുമുട്ടിയേക്കാം. അപ്പോൾ തുറന്നുപറയാൻ എനിയ്ക്കും നിനക്കും ഇടയിൽ എന്തെങ്കിലും ബാക്കി വയ്ക്കണ്ടേ.....?"

അകത്തു പൊട്ടിയ ഉറവക്കണ്ണികളെ തടഞ്ഞുനിർത്തി അവൾ ആ ചുണ്ടിൽ ചുംബിച്ചു. പഴുത്ത പേരയ്ക്കായുടെ മണം അന്തരീക്ഷത്തിൽ പ്രസരിച്ചു.

ആരെയും കാത്തിരിയ്ക്കേണ്ടതില്ലാത്തതിനാൽ ശരീരം ചിതയിലേയ്ക്കെടുത്തു. ഇലക്ട്രിക് മുറിയുടെ വാതിലടഞ്ഞപ്പോൾ അവൾ തിരിഞ്ഞുനടന്നു. ആ ചിത ആളി ഒടുങ്ങുന്നത് കണ്ടുനിൽക്കാൻ വയ്യ.

അവൾ കാറെടുത്ത് ഒറ്റയ്ക്ക് ഡ്രൈവ് ചെയ്ത് വീട്ടിലേയ്ക്കു തിരിച്ചു.

അവളുടെ കാറിന്റെ ചില്ലിൽ വന്നലച്ചുവീണും പിടഞ്ഞെണീറ്റും ഒരു മുറിവേറ്റ ഷഡ്പദം മാത്രം അവൾക്കൊപ്പം പറന്നു.

18

തമോഗർത്തങ്ങൾ

ഉറച്ച ചില തീരുമാനങ്ങളെടുക്കാൻ പാകപ്പെടുത്തിയ മനസ്സുമായിട്ടാണവൾ വീട്ടിലേയ്ക്ക് വന്നു കയറിയത്. കാർ പോർച്ചിലേയ്ക്കൊതുക്കിയിട്ട് വാതിൽ തുറന്നകത്തുകയറിയ ഉടൻ മൊബൈലിന്റെ റിംഗ്ടോൺ മുഴങ്ങി. ബാഗിൽ നിന്നും ഫോണെടുത്ത് അതാരെന്ന്പോലും നോക്കാതെ അവൾ സ്വിച്ച്ഓഫ് ചെയ്ത് മേശപ്പുറത്തേയ്ക്കിട്ടു. പിന്നെ ബാത്ത് റൂമിൽ കയറി ദേഹശുദ്ധി വരുത്തി. അപ്പോൾ ധരിച്ചിരുന്നതും മുറിയിൽ ഉരിഞ്ഞിട്ടിരുന്നതുമായ ഡ്രസ്സുകളെല്ലാം പെറുക്കിയെടുത്ത് വാഷിംഗ് മെഷീനിലേയ്ക്കിട്ടു.

ഡൈനിംഗ് ഹാളിലിരുന്ന അലമാര തുറന്ന് അതിലുണ്ടായിരുന്ന വിവാഹവസ്ത്രങ്ങളുൾപ്പെടെ എടുത്ത് ഒരു കള്ളിയിലേയ്ക്ക് മാറ്റി വച്ചു. പിന്നെ കുറേനേരത്തെ അന്വേഷണങ്ങൾക്കുശേഷം, കരിഞ്ഞുണങ്ങിയ ഇലഞ്ഞിപ്പൂക്കൾക്കിടയിൽ ഭദ്രമായി മടക്കി വച്ചിരുന്ന ഒരു വെളുത്ത സാരി എടുത്തണിഞ്ഞു.

നിലക്കണ്ണാടിക്കുമുന്നിൽ അവളവളെത്തന്നെ കുറേനേരം നോക്കിനിന്നു. പിന്നെ ശരീരത്തിലണിഞ്ഞിരുന്ന ആഭരണങ്ങളൊന്നൊന്നായ് ഊരിയെടുത്ത് അലമാരയ്ക്കുള്ളിലെ ഡ്രോയിൽ ഭദ്രമായി വച്ചു. ഏറ്റവും ഒടുവിലായ് സിന്ദൂരരേഖയിലണിഞ്ഞിരുന്ന കുങ്കുമം അമർത്തിത്തുടച്ചു.

പിന്നെ മിഴികളടച്ച് മനസ്സിനുള്ളിലേയ്ക്ക് നോക്കി. എല്ലാ ഭാരങ്ങളുമൊഴിഞ്ഞ ഒരു തരം ശൂന്യത. ഇനി ആരേയും കാത്തിരിയ്ക്കാനില്ല; ആരെയോർത്തും കണ്ണീർ വാർക്കാനില്ല. ആരിൽ നിന്നും ഒന്നും മറച്ചു പിടിയ്ക്കാനും....

ഇലഞ്ഞിമരച്ചുവട്ടിലെ ആ രാത്രി അന്നേരം അവൾക്കോർമ്മ വന്നു. ജീവിതത്തിലാദ്യമായും അവസാനമായും ഒരു പുരുഷന്റെ ത്രസിപ്പിക്കുന്ന സാമീപ്യത്തിലലിഞ്ഞുപോയരാത്രി. ഒരു ചെടിയുടെ വിത്തിൽ നിന്നും മറ്റൊന്ന് പൊട്ടിമുളയ്ക്കുമ്പോഴുള്ള നിർവൃതി. വിടർന്നു വരുന്ന പൂവിനുള്ളിലെ

നറുതേൻ നുകർന്ന ഷഡ്പദത്തെ കൂമ്പി വിടർന്ന മാറിടത്തിലേയ്ക്ക് ചേർത്തു പിടിച്ച് നിലാവിന്റെ മഴ നനഞ്ഞ ആ രാത്രി. അനുമതി. ഒരു ജീവിതത്തിന്റെ സാക്ഷ്യം മുഴുവൻ ആനിമിഷത്തിലുണ്ട്.

എല്ലാ ആസക്തികൾക്കും തീകൊളുത്തിയ നിർമ്മമമായ മനസ്സോടെ അവൾ മിഴിയടച്ചു നിന്നു.

ചെറുപ്പം മുതൽ അടുത്തതും ആശിച്ചതും സമർപ്പിച്ചതും അവനാണ്. അവൻ മാത്രമാണ് തന്റെ മനസ്സിനും ശരീരത്തിനും ഏക അവകാശി. പിരിഞ്ഞിരുന്ന കഴിഞ്ഞ ഇരുപതു വർഷവും അവനെന്നോടൊപ്പമുണ്ടായിരുന്നു. ഇനിയങ്ങോട്ടും അങ്ങനെത്തന്നെ.

മനസ്സിന്റെ എല്ലാ കെട്ടുകളും പൊട്ടിച്ചെറിഞ്ഞ് അവൾ മിഴി തുറന്നു....

അവൾ നടുങ്ങിപ്പോയി.

അലമാരയിലെ കണ്ണാടിപ്പാളിയുടെ സുതാര്യതയിലൂടെ ഒരിയ്ക്കൽ കൂടി

ആ മുഖം. തന്റെ പിന്നിലായ് ജടയഴിച്ചിട്ട്, ജ്വലിക്കുന്ന കണ്ണുകളും, ദഹിപ്പിക്കുന്ന നോട്ടവുമായ് ആ മുഖം.

ഇനി ഒരിയ്ക്കലും കാണരുതേ എന്നാഗ്രഹിച്ച് ഹിമാലയത്തിന്റെ മഞ്ഞുമലകൾക്കുള്ളിൽ അന്നേ ഉപേക്ഷിച്ചുപോന്ന അതേമുഖം. അവൾ വിശ്വാസം വരാതെ കണ്ണുകൾ ഒന്നുകൂടി ഇറുക്കിയടച്ച് തുറന്നു. ഇപ്പോൾ കണ്ണാടിയിൽ ആ രൂപമില്ല. അവൾ മുറിയ്ക്കകത്തെല്ലാം തിരഞ്ഞു. കാണാനില്ല.

വാതിൽ തുറന്ന് വരാന്തയിലേയ്ക്കോടി എത്തുമ്പോൾ അപ്പോൾ ആരോ ഇറങ്ങിപ്പോയതുപോലെയോ കയറിവന്നതുപോലെയോ തുറന്നടഞ്ഞ ഗേറ്റിന്റെ ഓടാമ്പൽ ഇളകിയാടുന്നുണ്ട്.

അവൾ കാലുകൾ നിലത്തുറച്ചുപോയതുപോലെ നിന്നുപോയി. പൊട്ടുന്നനെ, എവിടെനിന്നെന്നറിയാതെ ആ പഴയ കർപ്പൂരഗന്ധം അവിടമാകെ പടർന്നു. അത് അവളെയും ചൂഴ്ന്നെടുക്കുമെന്നായപ്പോൾ മാലിനി മുറിയ്ക്കകത്തേയ്ക്ക് ഓടിക്കയറി ആ കർപ്പൂരഗന്ധത്തെ പുറത്താക്കി വാതിലടച്ചു.

പിന്നെ, അവൾ നെടുതായ് ഒന്നു നിശ്വസിച്ചു.

സാവധാനം സോഫയിലേയ്ക്കിരുന്ന്
തലേ രാത്രിയിലെ ഓർമ്മകളിലലിഞ്ഞ്
അയാളുടെ തോളിലേയ്ക്ക്
അവൾ തലചായ്ച്ചുകിടന്നു

www.ingramcontent.com/pod-product-compliance
Lightning Source LLC
LaVergne TN
LVHW060119051026
849517LV00007B/2346
9789394753075